ஒன்றா பக்க கதைகள்

இளா.அழகிரி

டிஸ்கவரி புக் பேலஸ் பி.லிட்.
கே.கே. நகர் மேற்கு, சென்னை - 600 078.
(பாண்டிச்சேரி கெஸ்ட் ஹவுஸ் அருகில்)
Ph: 044-6515 7525 Mobile: +91 87545 07070

ஒன்றா பக்க கதைகள்	ondra pakka kathaigal
இள.அழகிரி ©	-by ila.azhagiri ©
முதல் பதிப்பு : ஜனவரி 2015	first edition - january 2015
வெளியீடு:	published by:
டிஸ்கவரி புக் பேலஸ் பி.லிட்.,	Discovery Book Palace Pvt. Ltd.
கே.கே.நகர், சென்னை.	K.K.nagar, Chennai.
புத்தக அளவு : டெமி1/8	book size : demy 1/8
பக்கங்கள் : 120	pages : 120
விலை : 100.00	Price : Rs. 100.00

நூலழகு : பாலகணேஷ் / 90030 36166

DISCOVERY BOOK PALACE PVT.LTD.
K.K.Nagar West, Chennai - 600 078.
(Near Pondicherry Guest House)
Mail: discoverybookpalace@gmail.com
Online: www.discoverybookpalace.com
Ph: 044-6515 7525 Mobile: +91 87545 07070 / 6060

01.	தப்புவது எப்படி	05
02.	ஆயுள்	07
03.	தாங்க முடியல	09
04.	நந்தினி நம்ம குழந்தைக்கு அட்மிஷன் ரெடி	11
05.	தப்பு வரக் கூடாது	13
06.	களவு	14
07.	காப்பாற்றி விட்டேன்	16
08.	சே. சுத்த அல்பம்	18
09.	ஆசை மகனே	20
10.	அப்பாவிடம் காட்டவில்லை	22
11.	தமிழ் தலை சாய்ந்தது	24
12.	ஒரு முத்தம் போதும்	26
13.	பூக்குரல்	28
14.	புது புது அர்த்தங்கள்	31
15.	கார்கால குற்றம்	33
16.	மாறும் நிலைகள்	35
17.	டூரிஸ்ட் பஸ்	36
18.	காப்பாத்துங்க காப்பாத்துங்க	37
19.	மயக்கம்	40
20.	புதுச்செயின்	41
21.	நடுத்தெரு நாகரிக	42
22.	மாற்று மருந்து	45
23.	தப்புத் தப்பாய்	47
24.	மகனுக்கு தான் பயம்	49
25.	குடும்ப ரகசியம்	50

26.	காதல் ஆயுதம்	52
27.	வேலை கிடைச்சுடுச்சு	53
28.	குற்றம் புரிந்தவன்	56
29.	மீசை முளைத்த குழந்தை	60
30.	படியெங்கும் பட்டிமன்றம்	62
31.	இடம்	64
32.	சீக்கிரம் உள்ளே போ	67
33.	சீதனத்தோடு சீதனமா	69
34.	லக்கி பிரைஸ்	71
35.	தெரியாத விஷயம்	74
36.	கொள்ளைக்கு ஒரு கொள்ளி	77
37.	நடைபாதை ஐடியா	79
38.	கவனிப்பு	82
39.	இளைஞர் அணி	85
40.	நல்லாத்தானே இருந்தான்	87
41.	இன்னும் போறடிக்கலையா	89
42.	தெருவெங்கும் திக் திக்	93
43.	தனிமையை வீணாக்கலாமா	97
44.	தமிழ் வாழ்க	100
45.	வேலியில போன ஓணான்	102
46.	ஸ்டில்	103
47.	மனுஷ மனசு	106
48.	சுத்த கர்நாடகம்	108
49.	நியாயத்தின் நிறம்	111
50.	திமிர்	113
51.	செய்யாத உதவிக்கு	115

தப்புவது எப்படி

எதிரே வந்த சைக்கிள்காரர் அக்கறையாய்க் கை காட்டி சொல்லி விட்டுப் போனார்.

"பாலமான் மொனையில வாகனங்களை நிறுத்தித் தீ வச்சுக் கொளுத்துறாங்க. திரும்பிப் பூடுங்க."

அம்பாஸிடர் காரை விட்டு இறங்கிய நான்கு நடுவயதுக்காரர்களும் தீவிரமாய் யோசித்தனர். நண்பன் ஒருவனின் கல்யாணத்துக்காக அவசியம் போக வேண்டிய சூழ்நிலையில் அவர்கள்.

"யாருடைய வேலைண்ணே இது?"

வயதில் பெரியவராகத் தெரிந்த ஒருவர் வாய் திறந்தார். "வேற யாரு, எதிர்க்கட்சிக்காரங்க வேலை தான். பேப்பர் பாக்கலையா? அவங்க கட்சி எம்.எல்.ஏ.-வை நேத்து ஆளுங்கட்சிக்காரங்க அடிச்சுட்டாங்க. முதல்வர் மன்னிப்புக் கேக்கனும்னு சாலை மறியல்ல இறங்கிட்டாங்க போலிருக்கு.

தலைக்குத் தலை விமர்சனம்.

கடைசியில் தீவிர யோசனைக்குப் பிறகு ஒருவர் முகம் மலர்ந்து கையைச் சத்தமாகச் சொடக்கி மற்றவர்களின் கவனத்தைத் தன்பால் கொண்டு வந்தார். "காருக்கும் சேதம் இல்லாம... நம்பளுக்கும் சேதம் இல்லாம... கல்யாணப் பயணம் சேதம் இல்லாம... இருக்கணும்னா அதுக்கு ஐடியா..."

"சொல்லித் தொலைடா... ராமாயணக் கேசு."

"அந்தக் கட்சிக் கொடியைக் கார் மொனையில கட்டிடுவோம். அப்புறம் நம்மள ஒரு பயலும் ஒண்ணும்செய்ய முடியாது."

பிரகாசமாகிய மூவரும் ராமாயணக் கேஸை தட்டிக் கொடுத்தனர். அவர் யோசனைப்படி தோரணத்திலிருந்த எதிர்க்கட்சிக் கொடியைக்

கார் முனையில் கட்டி, சந்தோஷத் திருப்தியோடு பயணத்தைத் தொடர, பாலமான் முனையில் பலத்த வரவேற்பு. விசில் சத்தமும், கைத்தட்டலும் ஒரு சேர வெளிப்பட்டது. ஆரவாரமாய் இவர்களும் கையை ஆட்டினர்.

அந்தக் கார் நகர எல்லையைக் கடக்கும் போது, ஒரே ஒருத்தர் மட்டும் நடு ரோட்டில் நின்று கொண்டு நிறுத்தச் சொல்லிக் கையசைத்தார்.

லிஃப்ட கேட்கத்தான் நிறுத்தச் சொல்கிறார் என்று வண்டியை ஓட்டியவர் 'பிரேக்' பிடித்தார்.

"ஏன்யா.. உங்க கட்சி செய்யிற வன்முறையால பொது மக்கள் படுற அவதியைப் பார்க்க ஜாலியா நகர் வலம் வர்றீங்களா? அடிக்கடி சாலை மறியல் கடையடைப்புன்னா பொது ஜனங்க நாங்க என்னத்துக்கு ஆவுறது...? டேய் சன்னாசி... கறுப்பு சாமி... பிச்சமுத்து! ஓடியாங்கடா... மட்டிக்கிட்டான்."

அவரது குரலைக் கேட்டு ஆவேசமாய் மண்ணெண்ணெய்... பெட்ரோல்...டின்களோடு ஒரு கூட்டம் ஓடி வந்தது.

-குமுதம்' 91

ஆயுள்

ஜோசியர் பூதக் கண்ணாடி வழியாகக் கையை வெகு நேரம் ஆராய, திவாகருக்குப் பயம் எழுந்தது.

அசம்பாவிதமாய் ஏதாவது சொல்லப்போகிறார். பய அமிலக்கரைசல் நெஞ்சை அடைத்தது. அரசமரம் வேகமாய்ச் சலசலத்தும் 'திகு... திகு' வென வியர்த்து நடுநடுங்கினான்.

ஜோசியர் தொண்டை செருமினார். முகத்தைப் பார்த்து, "த... தம்பி... உ.... உங்களுக்கு ஆயுசு ரொம்ப கம்மி... முப்பது வயசுல பலமான கண்டம். உயிருக்கு ஆபத்து படு நிச்சயம்..." என்றார்.

முப்பது வயசில் இருக்கிற திவாகர், 'இன்னும் எத்தனை நாள்... எத்தனை மணி... எத்தனை நொடி நேர வாழ்க்கையோ' என்று நினைத்து முகம் வற்றினான்.

"ஐயா... ஏதாவது பரிகாரம் செஞ்சுகூட என்னைக் காப்பாத்திக்க முடியாதா?"

'முடியவே முடியாது' என்பது போல் தலையாட்டினார் ஜோசியர்.

"சரி.. உங்களுக்கு எப்படிங்க ஆயுசு?"

பலமான சிரிப்பு சிரித்த ஜோசியர் பெருமிதமாய்ச் சொன்னார்: "இப்ப என் வயசு ஐம்பது... எண்பது வயசு வரை காத்துக் கறுப்பு என்னைத் தீண்டாது. அவ்வளவு ஸ்ட்ராங் ஆயுள்!"

திவாகர் நேர் எதிரே நெளிந்து வந்து, மறுகணமே படமெடுத்து 'உஸ்...உஸ்...' என்றது ஒரு கருநீல நிறப் பாம்பு. திவாகர் திடுக்கிட்டவனாய் எழுந்து பின்னோக்கி ஓடியதை ஜோசியர் பரிதாபமாய்ப் பார்த்தார்.

"பயப்படாதே தம்பி..."

"நான் பயப்படலே... நீங்களும் பயப்படாதீங்க...

உங்க பின்னால பாம்பு படமெடுத்து நிக்குது...!"

"பாம்பூ... ஐயய்யோ..."

ஜோசியர் கேவலமாய் அலறினார். ஓரக்கண்ணில் ராட்சத கட் அவுட் தனமாய் பாம்பு எழுந்து நின்று நாக்கு நீட்டி... தலை ஆட்டிக் கொண்டிருப்பது தெரிந்தது.

அசைந்தால் கூட ஆபத்து. மெல்லிசாய் மூச்சு விடக்கூட பயந்தார்.

"த... தம்பி... தம்பி... காப்பாத்துப்பா... க... கடிச்சா... ஆள் குடேளாஸ்..."

திவாகர் அவசரமாய் மறுப்பளித்தான்:

"ஐயய்யோ... நான் மாட்டேம்பா... எந்த நொடியிலும் எனக்குக் கண்டம். பாம்பு உங்களைக் கடிக்கவே கடிக்காது... அப்படியே கடிக்கணும்னாலும் முப்பது வருஷம் கழிச்சுத்தான் கடிக்கும்... டோன்ட் ஒர்ரி... ஒண்ணும் பயப்படாதீங்க... வரட்டுமா?

-ஆனந்த விகடன்' 95

தாங்க முடியல

"அன்பா இருந்த அம்மாவும் அவமானம் தாங்காம தூக்குப் போட்டுக்கிட்டாங்க. ஆதரவு தந்த அண்ணனும் அண்ணி கூடச் சேர்ந்து வீட்டைவிட்டுத் தொரத்திட்டான்... ப்ளிஸ் மது! என்னை ஏத்துக்க... வீட்டுக்காரியா வேணாம்... வேலைக்காரியாய்... ஆறு மாசம் முழுகாம இருக்கேன். எனக்கு வேற நாதியில்லே..." வயிற்றைத் தொட்டுக்காட்டி கோதாவரியாய் கண்ணீர் விட... "கட்...கட்."

டைரக்டர் வேகவேகமாய் ஓடி வந்தார்.

"என்னம்மா வினோஸ்ரீ, படத்தோட திருப்பமே இதுதான்... உயிரோட்டமா பேசு. பொல பொலன்னு கண்ணீர் விடணும். வயித்தைக் தொட்டுக் காட்டுறப்ப சிரிக்கிற மாதிரி தெரியுது..."

ஆறு டேக் ஆகிவிட்ட வருத்தம் அநியாயமாய் முகத்தில் தெரிந்தது.

'க்ளுக்'கென்று சிரித்தாள் வினோஸ்ரீ. கன்னத்தில் 'ஹைகூ' கவிதையாய் குழி.

"ஸாரி சார்... வயித்தைத் தொட்டுக் காட்டுறப்ப வயித்துல கட்டி வெச்சிருக்கிற பஞ்சு கூசுது... அதான் சிரிப்பு தாங்க முடியல."

கிளிசரினைக் கொஞ்சம் அதிகமாக இட்டு அழகாகப் படிந்திருந்த கூந்தலை லேசாகக் கலைத்து விட்டுக்கொண்டாள்.

"ரெடியா?"

டைரக்டரின் குரலுக்கு "ஒன் மினிட்" சொல்லி, மறந்து விட்ட டயலாக்கை மறுதரம் மனப்பாடம் பண்ணிக் கொண்டாள்.

காமிரா சுழல...

மதுவாக நின்றிருந்த 'ஹிப்பி' இளைஞனின் காலைப் பற்றி... சின்னக் கேவலுடன் சோகம் பொங்கச் சொல்லி முடிக்க...

தியேட்டரில் படம் பார்த்துக் கொண்டிருந்த ராதா பலகீனமாய் அழுதாள். கீதா சுற்றும் முற்றும் பூனைப் பார்வை பார்த்துவிட்டு ராதாவை எறிட்டாள்.

"கீதா, சோகம் தாங்கமுடியல... அதான் அழுதுட்டேன். தாயை இழந்து, அண்ணன் உறவு அறுந்து.. அந்தப் பொண்ணு வயித்துப் புள்ளையோட... நெஞ்சம் எவ்வளவு வேதனைப்பட்டிருக்கும்..." மௌனத்தோடு கண்ணீர் வடிக்க...

கீதா நனைந்திருந்த தன் கர்சீப்பைப் பக்கத்து ஸீட் கம் பக்கத்து வீட்டுக்காரியிடம் கொடுத்து விட்டு பளபள கண்களோடு திரையில் ஆழ்ந்தாள்!

-ஆனந்த விகடன்'91
(பிறகு 'பொக்கிஷம்' பகுதியிலும் மறு பிரசுரம் ஆனது)

நந்தினி நம்ம குழந்தைக்கு அட்மிஷன் ரெடி

நந்தினி திரைச் சீலையை விலக்கித் தெருவில் பார்த்தாள். ஸ்கூல் விட்டு யூனிஃபாரத்துடன் பச்சிளங்கள்! பேசி... சிரித்து... சில குழந்தைகள் சிணுங்கிப் பெற்றவர்களுடன் செல்வதை ஏக்கத்துடன் பார்த்ததில் பொறாமையும் தலை தூக்கி இருந்தது.

தனது குழந்தை இது போன்று எப்போது ஸ்கூல் செல்லும்?

தன்னால் தான் நினைத்தபடி நிறையப் படிக்க முடியவில்லை. தனது குழந்தையை அதிகப்பட்சமாக படிக்க வைத்து விட வேண்டும் என ஏற்கனவே கணவனுடன் கலந்து பேசி முடிவு செய்து இருந்தாள்.

போன வாரம் வீட்டுக்கு வந்த கணவனின் ஆபிஸ் நண்பர் நந்தினியை ரொம்பவே பயமுறுத்தி இருந்தார்.

அவரதுமகனுக்குஇரண்டுவருடமாகஅலைந்தும் எல்.கே.ஜி. அட்மிஷன் கிடைக்கவில்லையாம்.

தனது குழந்தைக்கு அட்மிஷன் கிடைக்குமா? அவ நம்பிக்கையுடன் அழுது புலம்பி கணவனுடன் ஒரு வாரமாக ரகளைதான்.

பொறுக்க முடியாத பரந்தாமன் ஆபிஸ் லீவு போட்டு விட்டு, அட்மிஷனுக்கு அலைய ஆரம்பித்தும், இதுவரை பலன் பூஜ்யம்தான்.

ஏதோ மந்திரி சிபாரிசில் எப்படியும் இன்று அட்மிஷன் வாங்கி விடுவதாகச் சபதம் ஏற்று காலையில் புறப்பட்டு சென்று இருந்த கண-வனை, நந்தினி ஆவலுடன் எதிர்பார்த்துக் கொண்டிருக்கிறாள்.

காலிங் பெல் கதற...

கதவு திறந்த நந்தினியை இறுக்கமாகக் கட்டியணைத்துக் கொண்டான் பரந்தாமன். அவசரமாக அவளது கையில் சூடான அல்வாவும், மனம் கமழும் மல்லிகையும் திணித்தான்.

"நந்தி... நம்ப குழந்தைக்கு அட்மிஷன் தருவதாக ஸ்கூல்ல சொல்லிட்டாங்க. டொனேஷனும் கட்டிட்டேன்."

"அப்படியா... இப்பவே ரெடி ஆயிடுறேன். நாம குழந்தையைப் பெத்துக்கலாம். அத்தான்..." என்ற நந்தினி சிணுங்கலாய், கண- வனைக் கட்டிக் கொண்டாள். முன் ஜாக்கிரதை மிக்க அவர்களின் முதலிரவு ஆரம்பமாயிற்று.

-குமுதம்'96

தப்பு வரக்கூடாது

ஒரு தடவைக்கு இரு தடவையாய் ஒவ்வொரு எழுத்தாகப் பார்த்து மாயா டைப் அடிக்க, பக்கத்து ஸீட் தேன்மொழி அவளைப் பைத்தியத்தைப் பார்ப்பது போல் பார்த்து, பக்கம் வந்தாள்.

“என்ன ஆச்சு மாயா? நேத்து கத்துக்கிட்டவ மாதிரி டைப் பண்றே? விரல்ல எதுவாச்சம்...” “காயமெல்லாம் இல்லேடீ.” விரலை விரித்த மாயா சுற்றுமுற்றும் பார்த்து, “காதைக் கொண்டாயேன்,” என்றாள்.

கொண்டு வந்ததும், கிசுகிசு குரலில், “நம்ம எம்.டி. கெழம் சரியான காமப் பிசாசுடீ. லெட்டர்ல ஒண்ணு ரெண்டு ஸ்பெல்லிங் மிஸ்டேக் இருந்தா அதச் சாக்கா வச்சு ‘தப்பு வரக் கூடாது’ன்னு தலையில குட்றதும்... காதைத் திருகறதும்... ச்சே!... எப்படித் தப்பிக்கிறதுன்னு தவிச்சேன். நேத்து ஒரு ஐடியா உதிச்சுது. அதன்படி...”

“தப்பு வராம இருக்கிறதுக்கு ஒவ்வொரு எழுத்தாப் பாத்து டைப் அடிக்கிறியாக்கும்?”

நமட்டுச் சிரிப்புடன் தேன்மொழி நகர, மாயா லெட்டரை முடித்து, அந்தப் பத்து வரியைப் பலமுறை படித்து, கனத்த நிம்மதியோடு எம்.டி.யின் ஏ.சி. அறைக்குள் நுழைந்தாள்.

கண்ணாடியை மாட்டிக்கொண்டவர், “என்ன மாயா, ஒரு சின்ன லெட்டரை டைப் பண்ண ஒரு மணி நேரமா?” என்றார். லெட்டரைக் காட்டினாள்.

எம்.டி. நம்ப மாட்டாதவராய், “நீ... நீதான் டைப் பண்ணினியா? ஒரு தப்புக் கூட இல்ல...? என்றார்.

குட். எவ்வளவு வேணாலும் டயம் எடுத்துக்க. லெட்டர்ல தப்பு வரக்கூடாது என்ன...” மென்மையாய்த் தோளை வருடி கன்னத்தைச் செல்லமாய் எம்.டி. தட்ட, மாயா விக்கித்து நின்றாள்.

-குமுதம்’91

களவு

ஷாப்பிங் முடித்து பார்க்கிங் வந்த கிரிஷ் பயங்கரமாய் அதிர்ந்தான். புதிய யமாஹாவைக் காணவில்லை

உஷாவைப் பாாத்தான். கண்ணை பெரியதாக்கி சிலையாகிப் போயிருந்தாள். என்ன பண்ணுவதென்று கிரிஷிற்கு புரியவில்லை. புதிய ஊரின் கறுப்பு இரவு.

படபடப்புடன் ஆட்டோவைப் பிடித்து மாமனார் வீட்டுக்கு விரட்டச் சொன்னான். உஷா வியர்த்து பெருமூச்சு விட்டுக் கொண்டிருந்தாள். களவு அவளை பெரியதாகக் கலக்கி விட்டிருந்தது.

வரதட்சணை லிஸ்டில் பிரதான இடம் வகித்த யமாஹா, கிரீஷின் கைக்கு வந்த ஒரே வாரத்தில் காணவில்லை.

மாமனார் ஊர் பிரமுகர்களிடம் சற்று செல்வாக்கு உள்ளவர். அவர் மூலம் எளிதில் மீட்டு விடலாம் என்று நினைத்த போது கொஞ்சம் நிம்மதியாக இருந்தது.

“மா... மா... மாமா”

ஆட்டேடிாவை விட்டிறங்கி அவசர ஆவேசமாய் வீட்டுக்குள் புகுந்தான்.

கூடத்தில் காலைப் பேப்பரை பத்தாவது முறையாக பார்த்துக் கொண்டிருந்தார் தனுஷ்கோடி.

பேச்சு வராமல் தவித்து... பட படப்பாக சொன்னான். “மாமா... யமாஹாவைக் காணோம்... பாண்டிபஜாரில் ஷாப்பிங் பண்ணிக்கிட்டு இருந்தப்ப காணாமல் போயிடுச்சு”

“ஆமாப்பா... எவனோ தள்ளிக்கிட்டு போயிட்டான். பூட்டித்தான் வச்சிருந்தோம். “உஷாவின் வார்த்தை யில் இரப்பர் இழுவை.

பேச்சு மூச்சில்லாமல் பேப்பரில் மூழ்கி இருந்தார் தனுஷ்கோடி. காது மந்தமாக இருக்குமோ?.

காட்டுப் பூனைப்போல் அடுப்படியில் இருந்து எட்டிப் பார்த்தாள் உஷாவின் அம்மா. அடுப்புக் கரியைப போல் முகத்தில் அப்பிக் கிடந்தது கலக்கம்.

திருவிழா ஸ்பீக்கராய் அலறினான் கிரீஷ். "உங்களுக்கு கொஞ்சமாச்சும் அக்கறை இருக்கா. நாங்க எவ்வளவு பதறிப் போயிட்டோம். கொஞ்சம் கூட பதட்டம் இல்லாம..."

பேப்பரில் இருந்து தலையை எடுத்து மையமாகப் பார்த்தார். "மாப்பிள்ளை... ஏன் அனாவசியமா கத்துறீங்க. சின்ன அயிட்டம் தானே உங்கக் கிட்ட இருந்து களவு போயிடுச்சு..."

என் கிட்ட ஒரே நேரத்துல பொண்டாட்டி நகை... பேங்க் பணம், கிராஜூடி, கடன் பணம்னு கண் முன்னாலேயே மூணு லட்சம் என் பொண்ணு கல்யாணத்தப்ப களவு போயிடுச்சு. அப்ப இல்லாத படபடப்பு, தவிப்பு, பதட்டம் இப்ப எப்படி மாப்பிள்ளை வரும்?"

அவர் மெல்ல எழுந்து போனை நோக்கிப் போக, அசையாமல் நின்றான் கிரீஷ். வரதட்சனைக் கொடுப்பதும் களவு கொடுப்பது போலத்தானே!

பெரியதாக பறி கொடுத்தவரை பரிதாபமாகப் பார்த்தான்.

-தேவி' 90

காப்பாற்றி விட்டான்

தண்டவாளத்தின் பக்கம் வந்து 15 நிமிடமாகி விட்டது. ரெயிலில் தலைக்கொடுக்க வேண்டியதுதான் பாக்கி.

பாழாய்போன "நவஜீவன்" எக்ஸ்பிரஸ், 500 மீட்டருக்கு அப்பால் இருக்கும் நிலையத்தில் இருந்து சீக்கிரம் கிளம்பமாட்டேன் என்று அடம் பிடிக்க, கமலக்கண்ணனுக்கு பயங்கரக் கோபம்.

நேரம் ஆக... ஆக... கடிதம் கண்டு, வீட்டார்கள் தேடி வந்துவிடப்போகிறார்கள் என்று ஏற்பட்ட பயம் வியர்வைப் பெருக்கை ஏற்படுத்தியது.

கீழ் உதட்டுக்குக் கீழே கைக்குட்டையைக் கட்டி விட்டாற்போல் கமலக்கண்ணனுக்குத் தாடி. இதற்கு முழுக்க காரணம் சாந்தினிதான்.

கன்னம் குழி விழ சிரித்து... காதலித்து... மணம் என்று வந்த போது... 'உங்களுக்கு வேலை வெட்டி இல்லை' என்று வெட்டிக் கொண்டு, வேறொருத்தனுக்குக் கழுத்தை நீட்டி விட்டாள்.

காதலை தெய்வீகமாய் நம்பியதின் வினை, ரெயில் கழுத்தை நீட்டும்படி கமலக்கண்ணனுக்கு ஆகிவிட்டது.

நவஜீவன் சீறும் ஓசை கேட்க... வீரன்போல் தண்டவாளத்தில் படுத்து கண்ணை இறுக்கமாய் மூடிக்...

அவசர அவசரமாய் கருங்கல் ஜல்லி தெறிக்கும் ஓசை.

கண்ணைத்திறக்க ஒரு நூறு மீட்டருக்கு முன்னால் அரக்க பறக்க ஓடிவந்து கொண்டிருந்தான், ஒருவன்.

ரெயிலின் புள்ளி வெளிச்சத்தில் அவனது

தலை முடி அலங்கோலமாய்க் கலைந்திருப்பது கூட துல்லியமாய் தெரிந்தது.

அடப்பாவி! அவனும் ரெயிலில் விழத்தானா!

கமலகண்ணன் விருட்டென்று எழுந்து, அவனை நோக்கி ஓடி, தூர இழுத்துப்போட்டு... தானும் விழுந்தான். பின் மேல்மூச்சு கீழ்மூச்சு வாங்க அவனைப் பார்த்தான்.

"வாழவேண்டிய வயசுல இப்படி தற்கொலையைத் தேடி வந்தியே உனக்கு வெட்கமா இல்ல..."

"மண்ணாங்கட்டி...! என்றான், அவன். "ரெயிலில் விழுந்து சாகப்போறதா யாரோ... கமலக்கண்ணன்னு ஒருத்தன். கடிதம் எழுதிவச்சுட்டு, வந்துட்டானாம். ஒரு கூட்டம் அலறி அடிச்சுக்கிட்டு அவனைத் தேடி ஓடிவருது, அந்தப் பயலை காப்பாத்தலாம்னு நான் அவசரமா வந்தேன்"

"கமலக்கண்ணன் விக்கித்து நிற்க, "நவஜீவன்" சீறிப் பாய்ந்து தன் பாதையில் வழுக்கிப் போயிற்று!"

-ராணி' 91

சே... சுத்த அல்பம்!

அவசர வேலையாக சென்னைக்கு வந்து, ஊருக்கு திரும்பும் போது நண்பன் கண்ணனின் ஞாபகம் வந்தது.

'சரிவந்துதான்வந்தோம், அப்படியே நண்பனைப் பார்த்து, கல்யாண வாழ்க்கை எப்படி இருக்கிறது என்று விசாரித்து செல்லலாம்.' என்ற கவுதமனின் எண்ணத்தில் ஒரு சுயநலமும் இருந்தது.

கவுதமனுக்கு அல்சர். ஓட்டலில் கண்ட கண்ட காரங்களை தின்று ஏன் அவதிப்படுவானேன்? நண்பனின் வீட்டுக்கு சென்றால் மதிய உணவை எவ்வித சிரமமில்லாமல் முடித்துக் கொள்ளலாம் என்பதே அது.

நண்பனின் வீட்டை அடைந்து, நுழைந்த கவுதமனை, கண்ணனும், அவனது மனைவியும் வரவேற்றார்கள். நண்பர்கள் இருவரும் பக்கத்து பக்கத்து வீடுகளில் ஒன்றாக வளர்ந்து, ஒன்றாக படித்து, ஒருவர் மனதை ஒருவர் புரிந்து கொள்ளும் விதத்தில் பழகியவர்கள்.

பின்பு வேலைக்காக சென்னைக்கு வந்தான் கண்ணன், ஒரு பெண்ணை காதலித்து, பெற்றோர் களின் எதிர்ப்புக்கிடையே கல்யாணமும் செய்து கொண்டான்.

தன் மனைவியை கவுதமனுக்கு அறிமுகப்படுத்தினான். ஊரில் உள்ள தாய் தந்தையரின் நலம் விசாரித்தான். பின் அவர்களது பேச்சு ஸ்கூல் படிப்பில் இருந்து கல்லூரி படிப்பு வரை சென்று, பழைய சம்பவங்களை அசை போட்டது.

நேரம் ஆக... ஆக.. சிறுகுடலை பெருங்குடல் தின்னும் அளவுக்கு பசி உண்டாக துடித்துப்

போனான் கவுதமன். ‘என்ன இவன் இங்கிதம் தெரியாமல் இருக்கிறான். சாப்பாடு போட வேண்டாம். ஒரு பேச்சுக்காவது சாப்பிடுடா... என்று சொன்னால் என்ன? கல்யாணம் ஆனவுடன் கஞ்சதனமும் வந்துவிடும் போலிருக்கு சுத்த அல்பம்!

“அப்ப சரிப்பா கிளம்பட்டுமா... இப்ப போய் பஸ் பிடிச்சாத் தான் நேரத்தோட வீடு போய் ரேச முடியும், “என்ற கவுதமன், அவர்களிடம் விடைபெற்றுச் சென்றான்.

‘சீ... இப்ப கூடவா சாப்பிட்டுப் போ,’ என்று சொல்லக்கூடாது

“என்னங்க நம்ம வீடு தேடி வந்த உங்க ப்ரெண்டை சாப்பிட சொன்னா என்னங்க.” என்றாள் அனு.

“நம்ம வீட்டுல அவன் சாப்பிட வேணாம். ஓட்டல்லேயே சாப்பிடட்டும்”

“ஏங்க...”

“அனு! அவனுக்கு ரொம்ப காலமா அல்சர், காரம்னா ஒத்துக்காது. உன் சமையல் ஒரே காரமாத்தானே இருக்கும். நீ நல்லா சமைக்க கத்துக்க, அப்புறமா அவனை வீட்டுக்கு கூப்பிட்டு ஒரு பெரிய விருந்தே வைக்கலாம், என்று சற்று காரமாகவே மனைவியை இழுத்து அணைத்தான்.

-கதைமலர்’89

ஆசை மகனே!

மகனை கவனித்தும் கவனிக்காதது மாதிரி செய்தித் தாளில் திளைத்தார் சிவநேசன். வந்து நின்ற இரண்டு நிமிடத்தில் பொறுமை இழந்து போன மதன் கனைத்தான்.

சிவநேசன் கண்ணாடியை கழற்றி மடக்கினார். “சொல்லுப்பா ஏன் தயக்கம்? டிரான்ஸ்பர் ஆர்டர் வந்துச்சு... அடுத்த வாரம் குடும்பத்தோட பாம்பே போய் ஒரேடியா ‘செட்டில்’ ஆகப் போறே... சரி தானே!” என்றார்.

மதனுக்கு சந்தோஷமாய் இருந்தது. எப்படி செல்லுவது எனத்தயங்கி கோழையாகிப் போ-னவனை மனைவி சௌந்தர்யா தான் தயார் படுத்தி அனுப்பி வைத்தாள். இப்போது கூட பக்கத்து அறையில் இருந்து கவனித்துக் கொண்டிருக்கிறாள்.

“வந்துப்பா... பதவி உயர்வு... சம்பள உயவு... எல்லாம்தர்றாங்கஅதனாலதான்ஒத்துக்கிட்டேன்...” மதன் பொய் சொன்னான். தனிக் குடித்தனத்தை மனதில் கொண்டு... டிரான்ஸ்பருக்கு டிரைபண்ணச் சொல்லி... சௌந்தர்யா அந்தரங்க ராஜாங்கத்தில் ஒத்துழையாமை கடைப் பிடித்திருந்தாள்.

“சரி... உன் மகன்... அதாவது என் பேரன் பிரஸன்னா எங்கக் கூடவே இருக்கட்டும்பா... நாங்களே வளர்த்து படிக்க வைக்கிறோம். நீ இல்லாத குறையை அவனாவது தீர்க்கட்டுமே...”

திடுக்கிட்ட மதன் தன் மனைவியை பார்த்தான். சௌந்தர்யா கண்ணால் பேசினாள்.

“எ... எப்படிப்பா? முடியாதுப்பா... பிரஸன்னாவை பிரிஞ்சு எங்களால இருக்க முடியாதுப்பா, சின்னப் புள்ள...” என்றான் திணறலாய் மதன்.

உதட்டோர புன்னகையை கணிசமாய் மறைத்த சிவ-நேசன், "எப்படிப்பா எங்களால் மட்டும் முடியும்? ரெண்டு வருஷ சொந்தத்தையே உன்னால பிரிய முடியல... முப்பது வருஷ சொந்தத்தை எங்களால மட்டும் எப்படிப்பா பிரிய முடியும்? உனக்கு உன் மகன் வேண்டும் எனக்கு என் மகன் வேண்டாமா...? இது என்னப்பா நியாயம்?..."

ஒரு கணம் நிலை குலைந்த மதன் தீர்மானமாய் டிரான்ஸ்பர் ஆர்டரை கிழிக்க ஆரம்பித்தான்.

-உல்லாச ஊஞ்சல்' 93

அப்பாவிடம் காட்டவில்லை

கனல் தெறிக்கும் கண்களுடன் அப்பா வர... எனக்கு காரணம் புரிந்தது. இது மாத முதல் வாரம். பயத்தில்... படிப்பில் ஆழமாய் பதிய முடிவில்லை வெறும் பாவனை செய்தேன். அவர் அருகில் வருவதற்குள் தான்... அந்த தவறை சரி செய்தேன்.

தலை கீழ் புத்தகத்தை நேர்படுத்தி... முணு முணுத்தேன். கனைத்தார். கர்ஜனைத் தனம் அதில் இருந்தது. "ரேங்க் கார்டு எங்கடா?" எச்சில் விழுங் கியபடி நிமிர்ந்தேன். மாத முதல் வாரத்தில் ரேங்க் கார்டு கொடுத்து விடுவார்கள். நான் அப்பாவிடம் மறைத்ததை உணர்ந்து அவரே வந்து விட்டார்.

எட்டாவது படிக்கும் நான் கீழ் பார்வையில் என் தம்பியை பார்த்தேன். ஏழாவது படிக்கும் அவனது ரேங்க் கார்டை பார்த்துவிட்டுத் தான் வந்திருக்கிறார் என்பது எனக்குப் புரிந்தது.

அவன் ரொம்பவும் பயந்த சுபாவம். மிரட்டுவதற்குள் பயந்து விடுவான். துரோகி... இந்த லட்சணத்தில் அப்பாவுக்கு கார்டை காட்டாமல்... அம்மாவிடம் கையெழுத்து வாங்கி விடலாம் என ப்ளான் போட்டிருந்தோம் பாவி... சொதப்பி விட்டான்.

"என்னடா பதிலைக்காணோம்..." "அ... அப்பா... வந்து இன்னும் கொடுக்கல..."உச்சி கோபத்துக்குப் போன அப்பாவின் கண்கள் திடீர் சிவப்பாய் மாற... பயம் அதிகமானது.

என் சட்டையை கொத்தாகப் பற்றினார். பந்து போல எம்பினேன். முதுகை மத்தளமாக்கி என் கன்னத்தில் நாலு அறை விழ... சிகப்பாகி துடித்தேன். இத்தனைக்கும் அழவில்லை. எல்லாம் வைராக்கியம்தான். அடுத்த அடியால் என் வைராக்கியமும தொலைந்து போனது. சத்தமாய்... அழுதேன்.

நோட்டுப் புத்தகத்தில் பதுக்கி வைத்திருந்த ப்ரோகரஸ் கார்டு வெளியே தலை நீட்டி துரோகம் பண்ணியது. அப்பா அவசரமாய்... ஆர்வமாய் பார்த்தார்.

நான் கண்ணை கசக்கிக் கொண்டிருந்தேன். பனிப்புகைக்குள் அப்பா. மௌனமாய் நிமிர்ந்து அமைதியாய் பார்த்தார்.

நான் அழுவது எனக்கே அசிங்கமாய் இருந்தது. என்ன இருந்தாலும் நானும் வளர்ந்து விட்டவன். மீசை முளைக்கவில்லை. என்றாவது ஒருநாள் கம்பீர இலக்கணமாய் முளைக்குமே! அழுகையை நிறுத்தினேன்.

அப்பா கனிவாகி தட்டிக் கொடுத்தார். வீங்கின இடத்துக்கு ஒத்தடமாய் இருந்தது. "வழக்கம் போல இந்த மாசமும் பஸ்ட் ரேங்க் வெரிகுட்..." என்றார். கண்ணீரைத் துடைத்து விட்டார்.

"மறைக்காம காட்டி இருந்தா... அடி தாங்காம தப்பிச்சி இருக்கலாம் இல்ல..." "என் கார்டை பார்த்துவிட்டு தம்பியை என்னமாய் அடிப்பீங்க. அவனும் என்னப்பா பண்ணுவான். ஹார்டு ஒர்க் தான் பண்றான். ஆனா செகண்ட் ரேங்க்ல இருந்து மாறவே மாட்டேன்றான். எப்படியும் அடுத்த மாசம் ஃபஸ்ட் ரேங்க் எடுத்துடுவான். ப்ளீஸ்பா... 'அண்ணனை மாதிரி ஃபஸ்ட் ரேங்க் எடுக்க உனக்கு என்னடா கேடு'ன்னு அவனை அடிச்சுடாதீங்கப்பா. போன தடவை நீங்க அடிச்ச அடியில் அவன் கன்ன வீக்கம் ரெண்டு நாள் குறையவே இல்லை தெரியுமா?"

விசும்பிக் கொண்டிருந்த என்னை இறுக்கமாய் கட்டக் கொண்டார் அப்பா. ஏனோ அவரும் அழுதார். கண்டிப்பாய் இந்த மாதம் தம்பி அழ மாட்டான் என நினைக்கிறேன்.

-பாக்யா'94

தமிழ் தலை சாய்ந்தது...

'கலை நிலா' வார இதழுக்காக கூடுதல் அக்கறையுடன் எத்தனையோ சிறுகதைகள் எழுதி அனுப்பியும் இதுவரை ஒன்றுகூடப் பிரசுரமாகாதது விநோதனின் துரதிர்ஷ்டம்.

ஒவ்வொரு கதையும் திரும்பி வரும்போது கூடவே மறக்காமல், தங்கள் கதை பிரசுரத்துக்குத் தேர்ந்தெடுக்கப்படவில்லை எப்பதை வருத்தத் துடன் தெரிவித்துக் கொள்கிறோம். தாங்கள் இதையே தீர்ப்பாக எடுத்துக் கொள்ளாமல் தொடர்ந்து கதைகளை அனுப்பி வைக்கும்படி கேட்டுக் கொள்கிறோம். முயற்சி திருவினையாக்கும் என்று அச்சடித்த துண்டுக் காகிதம் வரும்.

அவர்கள் சொன்னபடியெல்லாம் முயற்சித்துப் பார்த்தான். பெருமூச்சுதான் மிச்சம். இருந்தும் விநோதன் மனம் தளர்ந்து போய்விடவில்லை. தொடர்ந்து எழுதிக் கொண்டுதான் இருந்தான்.

இந்த சமயத்தில்தான் அந்த வாரம் பிரபல திரைப்படக் கவர்ச்சிக் கன்னி கந்தர்வனி எழுதும் கதை...' என்று 'கலை நிலா' வின் முதல் பக்கத்தில் அறிவிப்பு வெளியாகியிருந்தது. போஸ்டர், பிட் நோட்டீஸ் என்று இந்தக் கதைக்கு தடபுடலாக விளம்பரம் செய்திருந்தார்கள்.

'இதுமாதிரி என் பெயரை எப்போது விளம்பரப் படுத்துவார்கள்? கலர் போட்டோவில் பேனாவோடு பெரிசு பெரிசாக நாடு முழுக்க போஸ்டரில் சிரிக்கும் காலம் நமக்கு வருமா?" விநோதன் நினைத்துப் பார்த்தான்.

மறுபடியும் அவனுக்குப் பெருமூச்சுதான் வந்தது.

அடுத்த வார 'கலை நிலா' வை உடனடியாகப் பார்க்க விநோதனுக்கு ஆவல். தமிழ் தெரியாத

வடநாட்டுக்காரி, அதுவும் கவர்ச்சி மட்டுமே காட்டத் தெரிந்த கந்தர்வனிக்குத் தமிழில் கதை எழுதக் கூட வருமா? விநோதனுக்கு வியப்பு!

'இருபத்தாறாம் பக்கம் கந்தர்வனியின் கதை' என்று அட்டையிலேயே கட்டியம் அமைத்து, விநோதன் எதிர்பார்த்த 'கலை நிலா' வந்தது. விநோதன் நேராக இருபத்தாறாம் பக்கம் போனான்...

கந்தர்வனிக்குக் கதைகளைப் பற்றி ஒன்றும் தெரியாது என்றும், அதில் இன்ட்ரஸ்ட் இல்லை என்றும், நாம் கதை கேட்டபோது மறுக்க... அவரிடம் வற்புறுத்தி வாங்கிய கதை. அவரது தாய்மொழியான இந்தியில் கதையை கந்தர்வனி சொல்ல... அதன் தமிழாக்கம் இதோ...

'ஒரு ஊர்ல... ஒரு காக்கா...'

விநோதனுக்கு ஆத்திரமும் அழுகையும் வந்தது.

'தமிழைத் தாய்மொழியாகக் கொண்டு, கதை எழுதும் என்னைப் போன்றவர்களுக்கு, தமிழ் என்றால் என்னவென்றே தெரியாத அண்டை மாநிலத்தவரின் தமிழ்க் கதைகளைப் படிக்கும் சந்தர்ப்பம் மட்டும் தான் கடைசிவரை கிட்டுமா?'

தலையில் அடித்துக் கொண்டு மேஜையின மீது சரிந்தான்!

-ஆனந்த விகடன்' 91

ஒரு முத்தம் போதும்

இன்று முதலிரவு.

பரவசப்பட வேண்டிய விஜி பயப்பட்டாள்.

பெண் அழைப்பு முடிந்து மண்டபத்திற்கு அப்போதுதான் விஜி திரும்பி இருந்தாள். யாரும் அருகில் இல்லாத சந்தர்ப்பம் பார்த்து வெங்கடேஷ் முரட்டு கரம் நீட்டி பற்றி இழுத்தான்.

"ஏய் விஜி... சூப்பரா இருக்கே... ஒரு முத்தம் கொடுடீ... சைல்ட் கிஸ்..."

குளோஸப் கன்னத்தை குத்தி தள்ளினாள், "ஐய்யய்யோ..." என கத்தியும் விட்டாள்.

"எ... என்னம்மா..." யாரோ கிழவி ஓடி வரும் சப்தம் கேட்க. ஏமாற்றமாய் பொருமினான்.

"கழுதை பிகு காட்டறீயா... நாளைக்கு இதே நேரம் உன்னை கதறி அழ... வைக்கிறேன் பாரு..."

அவன் கண்ணை உருட்டினது ஞாபகம் வர இப்போது கதறி அழவேண்டும் போல இருந்தது. காலையில் தாலி கட்டும் முன்னர்கூட தொடையில் கிள்ளியது ரணம் கட்டி வலித்துக் கொண்டிருந்தது.

மாலை ரிஷப்ஷனில் காது கடித்தான். "இப்பவும் ஒண்ணும் கெட்டுப் போயிடல... ஒரே ஒரு கிஸ் கொடு... ரிலாக்ஸ்சேஷன் உண்டு..."

முத்தத்துக்கு இந்த அலை அலைகிறானே... இரவில் என்ன பாடுபடுத்தப் போகிறானோ?

வீடியோ காமெரா கண்ணை எரிவித்தது. அசதி உணர்ந்தாள். இந்த பயத்திலேயே நேற்று சிறிதும் தூக்கமில்லை. இன்றோ அதிகாலையிலேயே எழுப்பி குளிக்க வைத்து... மேக் அப் இட்டு சரிகை கனக்கும் பட்டுசேலை கட்டி அப்பப்பா அக்னி புகை எரிச்சல் இன்னமும் கண்களில்...

சடங்கென்று எது எதுவோ செய்யச் சொன்னார்கள். எல்லா கிழடுகளின் காலிலும் விழுந்து எழுந்ததில் வேறு பாதி உயிர் போயிற்று. கண் நிறைய தூக்கம் இருந்தும் மதியம் கூட தூங்க முடியவில்லை. சொந்தம் சுற்றங்களின் விசாரிப்புகள், நச்சரிப்புகள், சின்னஞ்சிறுசுகளின் சந்தோஷ விளையாட்டு சப்தங்கள்.

இன்று தனியாய் தூங்கினாலே என்றும் மறக்க முடியாத நாளாய் இருக்கும். முடியுமா இந்த முரடனிடம்? எப்போது எப்போது என்று அலையும் புருஷனே... புரிந்து கொள்வாயா?

கையில் பால் சொம்பு. விஜி தட்டுத் தடுமாறினாள். பாதி குடித்து சிரித்தான். அழகான மெது...மெது..மெத்தையில் படுத்து உறங்கினால் ஜென்ம நிம்மதி. அசதியில் அசட்டு நினைப்பு எழுந்தது.

கன்னம் தட்டினான். “விஜி... ரொம்ப டயர்டா இருக்கே போலிருக்கு... ரெஸ்ட் எடு... எத்தனை இரவுகள் நமக்காக காத்து இருக்கின்றன...” கண்ணடித்தான்.

விஜிக்கு ‘பக்’கென சிரிப்பு வந்தது.

-உங்கள் ஜீனியர்’ 94

புத்திரன்

இடைவிடாது வலியில் துடித்துக் கொண்டிருக்கும் மனைவி பார்கவியின் பிரசவ வலியை நேரிடையாக பார்த்து நானும் துடித்துக் கொண்டிருக்கிறேன்.

தாயின் அழுகையும் குழந்தையின் அழுகையும் இந்த மகப்பேறு மருத்துவமனையில் சாதாரண ஒன்றுதான் என்கிற ரீதியில் நர்ஸ் சற்று தூரமாய் நின்றபடி ஏதோ எழுதிக் கொண்டும் மருந்து மாத்திரை சரி பார்த்துக்கொண்டும் இருக்கிறாள். எப்படியும் இரண்டு மணி நேரத்தில் பிரசவம் ஆகிவிடும் என்று பரிசோதித்து சொன்ன லேடி டாக்டரையும் காணவில்லை.

டாக்டர் கொடுத்த கெடு இன்னும் ஒரு வாரம் இருக்கிறது என்கிற நிம்மதியில் வீட்டில் தூங்கிக் கொண்டிருந்த போது, திடீரென எழுந்து உட்கார்ந்து பெருங்குரலில் பார்கவி வீறிட்டாள். அதுதான் பிரசவ வலியின் பிள்ளையார் சுழி. அவசர கதியில் கையில் கிடைத்த துணிமணிகளை சுருட்டிக் கொண்டு ஆட்டோவில் வந்து ‘அட்மிட்’ ஆகி விட்டோம்.

“ஏம்பா... உதவிக்கு பெரியவங்க இல்லையா? தனி ஆளா கஷ்டப்படுறீயே...”

ஒரு வயதான பெண்மணி எங்களது அவஸ்தையை பார்த்து பரிதாபப்பட்டார்.

“திடீர்னு வலி எடுத்துட்டதால வந்துட்டோம்... பெரியவங்க

வந்துக்கிட்டு இருக்காங்க...”

“பிரசவ வலி எல்லாம் திடீர்னுதாம்பா எடுக்கும்... இப்படி தான் கஷ்டப்பட்டு சுமந்து பெத்து வளக்குறோம். கடைசி காலத்துல கால் வயித்துக் கஞ்சிக்கு பெத்த பிள்ளைங்ககிட்டேயே கையேந்தி கஷ்டப்பட வேண்டியிருக்கு...”

யாருடனும் ஒன்றிப் போகும் படித்த பெண் பார்கவிக்கு எனது தாயுடன் மட்டும் ஒத்துப் போக முடியவில்லை.

"இவங்க தான் உலகத்துல என்னவோ அதிசமா புள்ள பெத்து வளத்த மாதிரி அப்படி வளத்தேன் இப்படி வளத்தேன்னு கதை பேசிக்கிட்டு திரியிறாங்க... பெத்த கடமைய சொல்லிக் காட்டுறதுல என்ன பெருமையோ..." இப்படி பார்கவி கோபப்படுவாள்.

"கெட்ட பழக்க வழக்கத்துக்கு ஆளாகாம... கருத்தா படிக்க வச்சி சொல்லிக்கிற மாதிரி இந்த உலகத்துல புள்ளைய வளக்குறது சாதாரண விஷயமில்லை. உனக்கு நல்ல புருஷன் அமைஞ்சதுக்கு நான் என் புள்ளைய நல்லா வளத்தது தான் காரணம். அத புரிஞ்சுக்க மொதல்ல..." அம்மாவின் பதிலில் கோபம் இல்லாத கடுமை இருக்கும்.

அவ்வப்போது மருமகளுடன் எழும் சண்டை சச்சரவுகளை அம்மா மறந்து சகஜமாகி விடுவாள். பார்கவி அப்படி இல்லை. ஞாபகமாக வைத்து பெரிதாக்கி கொண்டே போவாள்.

நர்சும் மற்றொரு உதவியாளரும் பார்கவியை கைத்தாங்கலாக பிரசவ வார்டுக்கு அழைத்து செல்ல... இது மாதிரியான தருணங்களில் மனைவியை விட கணவனுக்கு பரிதவிப்பு அதகமாக இருக்கும் என்பதை அனுபவபூர்வமாக உணர்ந்து நின்றேன்.

கொஞ்ச நேரத்தில் 'வீல்' சப்தம். நிச்சயமாக தெரியும் இரு பார்கவியின் அழுகுரல் இல்லை. எங்களது இனிய உறவின் பூக்குரல்.

அந்த வயதான பெண்மணி எழுந்தே வந்து விட்டாள்.

"சொன்னேன் இல்ல. உனக்கு குழந்தை பிறந்தாச்சு தம்பி. வாழ்த்துகள்..." தளர்ந்திருந்த தனது கையால் முதுகில் தட்டிக் கொடுத்தார்.

கதவு திறக்கும் சப்தம். எட்டிப் பார்த்த சிஸ்டர் "சார் உங்களுக்கு குழந்தை பிறந்தாச்சு... பையன். தாயும் சேயும் நலம்.. என்றாள்.

பார்கவியை பார்த்தபோது அழுகையை மறந்து ஆனந்தத்தில் இருந்தாள்.

"ஏங்க நம்ம புள்ளைய பேர் சொல்ற மாதிரி வளர்க்கணுங்க. என் குழந்தையை எப்படி வளர்க்கணும்னு நான் பிளான் பண்ணிட்டு இருக்கிறேனோ, அது மாதிரிதானே உங்களையும் உங்க அம்மா பிளானோட வளர்த்து இருப்பாங்க...

அத்தைக்கு பேரப்புள்ள பொறந்த தகவலை தெரியப்படுத்திட்டீங்களா? நம்ம புள்ளைய நல்ல விதமா வளக்குறதுக்கு அவங்க அனுபவமும் வழிகாட்டுதலும் முக்கியமாக தேவைப்படும்னு

உங்களுக்கு தோணலியா...?

அவள் சொல்லி முடிப்பதற்குள்...

"யம்மாடி மருமகளே... சுகப்பிரசவம் ஆயிடுச்சா... குழந்தை நலமா... உன் மனசுக்கு எல்லாம் நல்லபடியா தாம்மா நடக்கும். ராத்திரி தூக்கத்திலே மனசுல ஏதோ பட்டுது. சட்டுன்னு கிளம்பி வந்துட்டேன்..."

அத்தையை பார்க்கும் பார்கவியின் பார்வையில் நேசப் பரிமாணம்.

-குடும்பமலர்'2013

சங்கடத்தில் இடறி விழுந்தான் கிரீஷ். ஆபீஸ் சமாச்சாரத்தை மறைக்காமல் ஞாபகம் வைத்து மனைவியிடம் சொல்லி விடுவான். ஆனால் அதில் எந்தவித தப்பித அர்த்தமும் இருக்காது.

அந்த வெள்ளை மனதைப் புரிந்துகொள்ளத் தெரியாத உஷா சந்தேகத்தில் முழுகிப் போனாள்.

“டைப்பிஸ்ட்... ரஜீதாவிக்குத் தொடை-வரை கூந்தல். கழுத்துவரை மச்சம்னு எப்டீ கண்டுபிடிச்சுங்க? தூக்கிக் காட்டினாளா கழுத்தை?”

பொட்டு வைத்துபோல் அழகான மச்சம் என்று சொன்னதற்காக இந்தப் பேச்சு. அரண்டு போனான் கிரீஷ்!

“மாலினி கன்னத்துல குழி விழுறத எப்பப் பாத்தீங்க... அடிக்கடி தனிமையில் சிரிச்சுப் பேசுறப்பவா?”

தலையைப் பிடித்துக்கொண்டு உட்கார்ந்து விட்டான். ஒவ்வொரு அர்த்தத்திற்கும் புது அர்த்தம். பெண்களின் கண்ணுக்கு எல்லாமே சந்தேகம்தான்.

படுக்கையில் முதுகைக் காட்டி ‘ஸ்ட்ரைக்’ செய்தாள். கை பட்டபோது உதறி விசும்பினாள்.

“வர வர என்னை மறக்க ஆரம்பிச்சுட்டாங்க... உங்க மனசு அவளுங்களையே சுத்திக்கிட்டே இருக்கு...!”

“ஒரு ஆம்பளகிட்ட பேசுற மாதிரிதான் மத்தவங்க கிட்டேயும் பேசுறேன். உஷா, ஆபீல இதெல்லாம் சகஜம்...”

“ஆம்பளைக்கிட்டே பேசுறதை சொல்ல மாட்டேன்றீங்களே... பொம்பளைங்க விஷயம்னா முழியைப் பிதுக்கிக்கிட்டு, எச்சில் ஒழுக சொல்றீங்க...”

நாளையில் இருந்து ஆம்பளைங்க விஷயத்தையும் மறக்காமல் ஞாபகம் வைத்து மனைவியிடம் சொல்லிவிட வேண்டும். கொஞ்சம் போர் அடிக்கும்!

"என்ன யோசனை? கொசு கடிச்சா கோகிலா மூஞ்சு எப்படி சிவப்பு சிவப்பா பொறிச்சுப் போதுதுன்னு 'ரிசர்ச்' பண்றீங்களா?"

கிரீஷ் அமைதிகாக்க, அவளிடம் விசும்பல் அழுகையாய் அவதாரம் எடுத்தது.

"நீ...நீங்க...நீங்க... அபீசுல யாரையோ 'செட்-அப்' பண்ணி வச்சுக்கிட்டு இருக்கீங்க..."

திடுக்கிட்டான்.

காலை ஆபீஸ் போகும் போது கண்டிப்பாய் தீர்மானித்துக் கொண்டான். இனி ஆபீஸ் பெண்களைப் பற்றியோ அல்லது அக்கம் பக்கம் பெண்களைப் பற்றியோ உஷாவிடம் ஒரு வார்த்தை... ஒரு மூச்சு... மூச்சுவிடக் கூடாது!

இந்த தீர்மானம் கிரீஷிற்கு பலன் தருவதைப் போல இருந்தது. மிக மிக இயல்பாகிப் போயிருந்தாள், உஷா.

அன்று வழக்கம் போல வந்த கிரீஷ், உஷா சோகமாய் இருப்பதைக் கண்டான்.

"என்ன... உடம்பு சரியில்லையா?" தொடப்போனவனுக்கு படுஷாக்! கையைத் தள்ளிவிட்டாள். பூகம்ப அறிகுறி.

"ஆபீஸ் பொண்ணுங்களைப் பத்தி இப்பவெல்லாம் நீ... நீங்க... நீங்க பேசுறது கிடையாது... யாரையோ... 'செட்-அப்' பண்ணி 'வச்சுக்கிட்டு' இருக்கீங்க..."

முகம் கவிழ்ந்து விசும்ப...

புதிய சங்கடத்தின் புதைகுழியில் இடறி விழுந்தான் கிரீஷ்!

-இதயம்' 91

கார்காலக் குற்றம்!

மூன்று பேர் சுற்று முற்றும் பார்த்தபடி அந்த காம்பவுண்டுக்குள் ஏறிக்குதிக்க... ஏற்கனவே கறுப்பு சட்டையில் உள்ளே ஒருவன் இருந்தான். அவன் கையால் ஏதோ சைகை செய்தான்.

என்ன பண்ணப்போகிறார்கள்?

எனக்குள் ஒரே திடுக்... திடுக்... ரோட்டின் இரு பக்கமும் நன்றாக பார்த்தவர்கள், எதிர் சரகத்தில் இருந்த என்னை கவனிக்கத் தவறி விட்டார்கள்.

அந்த நால்வரிடமும் அவசரம். ஏதோ மிகப்பெரிய தப்புக் காரியம் நிகழப்போகிறது. இன்னும் வசதியாய் அவர்களை நோட்டம் விட எண்ணி, லைட் போஸ்ட்டை ஒட்டி நின்று கொண்டேன். ஒல்லியான என்னை நிச்சயம் அவர்கள் கவனிக்க முடியாது.

நால்வரும் அங்கிருந்த புதிய டாட்டா 'சீயரா' காரை நெருங்கினார்கள். ஒருவன் நம்பர் பிளேட் அருகே குனிந்தான். பையில் நான்காக மடித்து வைத்திருந்த கறுப்பு காகிதத்தை எடுத்து பிரித்து அதன் மேல் ஒட்டினான். அட.... எண் மாறி விட்டதே!

இ... இவர்கள் கார் திருடர்களா!

ஐய்யய்யோ... என் உடல் 'வெட வெட'வென நடுங்க ஆரம்பித்தது. மெல்லிய குரலில் ஏதோ பேசிக் கொண்டார்கள். என் காதுக்கு எதுவும் எட்டவில்லை.

மற்ற மூவரிமும் ஒரு குதூகலம் ஒட்டிக் கொண்டது. ஒருவன் ஓடிச்சென்று 'கேட்' டை திறந்தான். பிறகு ஒன்று சேர்ந்து காரை ரோட்டுக்கு தள்ளி வந்தார்கள். மறக்காமல் 'கேட்'டை பழையபடி மூடினார்கள்.

எனக்கு 'திருடன்... திருடன்,,,' என்று கத்தவும் பயம். ஜன நடமாட்டம் கொஞ்சமும் இல்லை. தவிர நாலு பேர் சேர்ந்தால் என் சரிரம் நிச்சயம் 'நார்' தான்.

கறுப்பு சட்டைக்காரன் வண்டியை உயிர்ப்பித்தான். மற்றவர்கள் அவசரமாக பின் சீட்டில் ஏறிக்கொள்ள, வண்டி நகர ஆரம்பித்தது.

வேகமில்லை... புதிதாக கற்றுக் கொண்டவன் ஓட்டுவது போல், வண்டி தட்டுத் தடுமாறி போய் கொண்டிருக்கிறது. ஆட்டோவை கை தட்டி கூப்பிட்டேன். அந்தக் காரை பின் தொடரச் சொல்லி உட்கார்ந்து கொண்டேன்.

பத்து நிமிட கண்காணிப்பில் அந்தக் கார் ஒரு நவீன ஓட்டலுக்குள் நுழைந்தது. மீட்டருக்கான காசை கொடுத்து இறங்கிக் கொண்டேன்.

வசமாய் மாட்டிக் கொண்டார்கள். கார் திருடர்கள். ஓட்டலுக்குள் நுழைந்ததும், போலீசுக்கு போன் பண்ணி விட வேண்டும்.

நால்வரும் எதற்காகவோ ரிசப்ஷனில் நின்றிருந்தார்கள். நானும் கொஞ்சம் தூரமாக நின்று கொண்டேன். அவர்கள் எந்த ரூமுக்கு போகிறார்கள் என தெரிந்து, போலீசுக்கு போன் பண்ணினால் இன்னும் வசதியாய் இருக்குமே!

பொறியில் சிக்கும் எலியாய்... இவ்வளவு இலகுவாக இவர்கள் சிக்குவார்கள் என்று நான் கொஞ்சமும் எதிர்பார்க்கவில்லை.

அவர்கள் ஏதோ பேசிக் கொண்டார்கள். காதுக்கு எட்டுகிற தூரம்தான். காது கொடுத்தேன்.

“மச்சி... இன்னைக்குதான்டா நம்ம பிளான் சக்சஸ் ஆகியிருக்கு...”

“என்ன ப்ரோகிராம்...”

“நேரா கோல்டன் பீச்... அப்புறம் மகாபலிபுரம்...”

“எங்க போனாலும் ராத்திரி வீட்டுக்கு போயிடணும்... புத்தம் புது காரை ஓட்டிப் பார்க்கக் கூட கொடுக்காம என் அப்பா கஷ்டப் படுத்திட்டாரு... அதான் சொந்தக் காரை நானே திருட வேண்டியதாப் போச்சு. ‘நம்பர் பிளேட்’ ல புது நம்பரை நல்லா ஒட்டியிருக்கே இல்ல... ரோட்டுல போற கண்ட பயலுக அக்கரையா வலிய போன் பண்ணி அப்பாகிட்ட சொல்லி தொலைச்சுடப் போறானுங்க...” கறுப்பு சட்டைக்காரன் பெருமிதமாய் எச்சரிக்க...

“சரி.. வாங்கடா... ‘ஓபனிங் செரிமனி’ யை முடிச்சுடுவோம்!” ‘பார்’ நோக்கி போனார்கள்.

சிலையாகிப் போன என்னை ரிசப்சனிஸ்ட், “எக்ஸ்கியூஸ் மீ.. என்ன வேணும்?” என்று சொல்லி உயிர்ப்பித்தாள்.

“ஒண்ணும் வேணாம்...” வந்த வழியே நடந்தேன்.

- கதைமலர்’ 92

மாறும் நிலைகள்

ஆபிஸ் கிளம்பும் அவசரத்திலும பஞ்சாட்சரம், அக்கரையாய் மகனைக் கூப்பிட்டு வம்புக்கு இழுத்தார்.

“ஏன்டா... திண்றது ‘தண்டச் சோறு’ அதுல எப்படிடா உனக்கு நிம்மதியான தூக்கம் வருது. அது சரி... பல்தேய்ச்சு தானே காபி குடிக்கிற...”

ஒவ்வொரு வார்த்தையிலும் ஓராயிரம் சவுக்கடி. எவ்வளவோ முயன்றும் அப்பா கண்ணில் படாமல் ஹாலை விட்டு தாண்ட முடிவதில்லை. மூக்கு வியர்த்து வார்த்தை அர்ச்சனையை வாரி வழங்கிடுவார்.

சுரேஷ் எம்.ஏ. வில் முதல் வகுப்புதான். என்ன பிரயோஜனம். மளிகைக் கடையில் கணக்கெழுதும் வேலை கூட கிடைக்க மாட்டேன் என்கிறது. “டேய்... தண்டச்சோறு... கொட்டிக்கிட்டு ஊரை சுத்தாம... ரேஷன் கடைக்குப் போ...டயம் இருந்தா ‘கரண்ட் பில்’ கட்டிடு...”

வேலைக்குப் போகிற திமிரில் அப்பா அதிகாரம் பண்ணிவிட்டுப்போனார். சுரேஷ் வாய்திறக்கவில்லை. விதியை எண்ணி தலையை ஆட்டினான். நிலைமை மாறாதா என்ன?

சுரேஷ் அதிகாலையில் எழுந்து அப்போதுதான் மார்க்கெட் போய் வந்திருந்தான். ஆவி பறக்கும் காபி அவனை வரவேற்றது. குளித்து சாப்பிடும் போது அப்பா தென்பட்டார்.

“வீட்டுக்கு சுமையா இருக்காம ஏதாவது உபயோகமா இருக்கனும்... பாரு எப்பப் பாத்தாலும் தூக்கம்... அரட்டை தான்... சரியான ‘தண்டச் சோறு’ தின்றது செரிக்கவாவது ரேஷன் கடைக்கும்... இ.பி.க்கும் போயேன்... அப்பா,”

வாய் பேச முடியாமல் பஞ்சாட்சரம் ஹாலை விட்டு அகன்றார். சுரேஷ் வேலை... குடும்பம்... குழந்தை என்றாகி விட்டான். ரிடையர் பஞ்சாட்சரம் அக்கரையாய் யோசித்தார். “நிலைகள் இவ்வளவு சீக்கிரமாகவா மாறும்...”

-உங்கள் ஜுனியர்’ 95

டூரிஸ்ட் பஸ்

டூரிஸ்ட் பஸ்ஸில் இருந்து இறங்கிய அந்தப் பெண்களில் என்னை வெகுவாகக் கவர்ந்தவள்... கறுப்புத் தாவணியில் இருந்த அந்த பதினெட்டு வயது சிகப்புப் பெண்ணே!

சிதம்பரத்துக்கு பஸ் கிடைக்காமல் ஒரு மணி நேர-மாய்... நட்ட நடு வெய்யிலில் ஒத்தையாய்... பூம்பு காரில் நின்றுக் கொண்டிருந்த எனக்கு நொடியில் ஆயிரம் கப் பைன் ஆப்பிள் ஜீஸ்கள்.

இலஞ்சி மன்றத்தை ஒட்டிய கடலில் அந்தக் கூட்டம் கால் நனைக்க இறங்கியது. என் இதய ராணி கறுப்புத் தாவணி ஆழம் புரியாமல்... குழந்தை ஆர்வமாய் கடல் அலையை தாண்டி இறங்க... எனக்குள் ஒரு சாத்தான்.

‘ஆழ் கடலில் அவள் மாட்ட.... நான் காப்பாற்றனும், அவளது பளிங்கு உடலைத் தொட்டு தூக்கி... மெல்லிய இடையை அழுத்தி... கை.. கால்... தேய்த்து...’

நினைக்கையில் கொம்புத்தேன் தொண்டையை முட்டியது. அகன்ற ராட்சஷ அலை ஒன்று எழுந்து சுழன்று வர...

‘கடல் கையே சீக்கிரம்... காலைப் பற்றி இழு... காப்பாற்ற இங்கே ஆள் தயார்... தயார்...’

‘ஆ... ஐய்யோ... காப்பாத்துங்க... கா...ப்... பா..த்...து...ங்...க...”

காப்பாற்றி தரைகளில் கிடத்தி வயிற்றை அழுத்தி... கை கால் தேய்த்து...

“ஸ்விம்மிங்ல யூனிவர்சிடி கோல்டு மெடல் ஆச்சே நம்ம கார்த்திகா... அவ மட்டும் இல்லேனா... இந்த ஆளை உசுரோட நாம பாத்திருக்கவே முடியாது...”

சூழ்ந்தவர்களிடம் ‘பாராட்டு’ பெற்றுக் கொண்டிருந்த... கறுப்புத் தாவணியை, தெய்வமாய் பார்த்தேன். கொஞ்சமும் நீச்சல் தெரியாத நான்.

-உங்கள் ஜுனியர்’ 92

காப்பாத்துங்க காப்பாத்துங்க

அரவமற்ற அகள் ரோட்டில் அடர்த்தியான இருட்டு. கனத்த நகைகளுடன் நடந்து போக மாதவிக்கு பயம் பயமாய் வந்தது. கணவனாடு ஒண்டிக்கொண்டாள்.

“ஏங்க... புரியாத ஊருக்கு ராத்திரி நேரத்துல வர்றது பயங்கர மடத்தனம்...” கிளர்ச்சியில் வார்த்தைகள் குளறி வந்து, ராமநாதனையும் அச்சப்படி வைத்தது.

“கவலப்படாத... இன்னும் கொஞ்ச தூரம்தான்... ஒரு ஊருன்னு எடுத்துகிட்டா நல்லவங்களும் இருப்பாங்க... கெட்டவங்களும் இருப்பாங்க. குறைந்த பட்சம் அட்ரஸ் தேடி கண்டு பிடிக்கும் வரையாவது நல்லவங்களே எதிர்படணும்னு ஆண்டவனை வேண்டிக்க...” மனைவியை தேற்றி வேக நடை போட்டான். சாமியை கும்பிட்டு கன்னத்தில் போட்டபடி மாதவி தொடர்ந்தாள்.

கிளம்பி நேரத்துக்கு வந்திருந்தால் எப்போதோ எளிதாக அட்ரஸ் கண்டுபிடித்து இருக்கலாம். கவர்ன் மெண்ட் பஸ்ஸில் வந்ததின் வினை. இடையிடை-யே இரண்டு முறை டயர் பஞ்சர் ஆகி... அப்பப்பா... அண்ணன் மகளுக்கு மஞ்சள் நீராட்டு விழா... இல்லையென்றால் யோசிக்காமல் வீடு திரும்பி இருப்பார்கள்.

ரோடு குறுகி வலப்பக்கமாய் வளைய... ‘சரக்.. சரக்...’

ராமனாதனின் உள் மனது அலறிற்று. ‘உஷார் யாரோ அன்னியன்...’

நடுக்கத்துடன் துரிதமாய் நடக்க... மீண்டும் வெகு.. வெகு.. அருகாமையில் அந்த ‘சரக்... சரக்...’

அரண்டவனாய் நிற்க.. மாதவியும் நின்றாள். ஒருசேர பவ்யத்தை பறிமாறிக் கொண்டார்கள். ஆடிப்பெருக்காய் வியர்வை.

சின்ன சிரிப்பு கேட்க...

திரும்பி பார்த்த அவர்கள் சர்வமும் அடங்கிப் போன மாதிரி அப்படியே திடுக்கிட்டு நின்றார்கள்.

கத்தி 'பளிச்'சிட பல்லைக் காட்டிக் கொண்டு கறுப்பாய் ஒருவன்.

"பொண்டாட்டிங்க கற்புதான் முக்கியம்னு எல்லாப் புருஷனும் நினைப்பாங்க... நீ எப்படி? மரியாதையா உன் பொண்டாட்டி கையில... கழுத்துல... கால்ல இருக்கிறத கழட்டிக் கொடுக்கச் சொல்லு... இல்ல..."

ராமனாதனின் கழுத்தில் கத்தியை வைத்தபடி, சாராயம் ஏறி சிவந்த கண்ணை கர்ண கொடூரமாய் உருட்டி கேட்டான் அந்த வழிபறி.

ம்... அவுறு.. பத்துதான் எண்ணுவேன்.. அதுக்குள்ள நகைங்க என் கையில வரல... பாவம்! நீ விதவையாயிடுவ...

பொம்பளைங்களின் வீக்னஸ் பார்த்து, ஒண்ணு... ரெண்டு... எண்ண ஆரம்பிக்க...

ஒன்பதுக்கு முன் அனைத்து நகைகளும் அவனது கைக்குப் போனது. 'என் புருசனை விட்டுடு...' கண்ணால் அவனது காலைப் பிடித்தாள் மாதவி. மீண்டும் ஒரு சிரிப்போடு... வெற்றிக் களிப்போடு... கத்தியை மடக்கிய அவன்... விருட்டென பக்கவாட்டு வயல் வரப்பில் இறங்கி மறைய

"ஐயய்யோ... காப்பாத்துங்க... காப்பாத்துங்க... திருடன்... தி..ரு..ட..ன் நகையை கொள்ளை அடிச்சுகிட்டு ஓடுறான்... ஓ..டு.. றா..ன்.. "

கூட்டுக் குரலில் முடிந்த அளவுக்கு தொண்டை கிழிந்து போகும் அளவுக்கு மாதவியும், ராமநாதனும் கத்த...

வெளிச்சப் புள்ளியாய் புறப்பட்டு வந்து நின்றது ஒரு யமஹா.. "எந்தப் பக்கம்..." இன்ஜினை போன்று படபடத்த நெஞ்சோடு வினவினான்.

அவன் ஓடிப்போன திசையை ஒருசேர இருவரும் காட்ட, "நம்ம பேட்டையில எவனுக்குடா அந்த தில்லு..." கரடு முரடான வயலென்றும் பாராமல் வண்டியை இறக்கி மறைந்தான்.

காப்பாத்த ஒருவன் வந்து விட்டது மாலதியின் மனதில் நிம்மதியை துளிர வைத்தது. இருந்தும் களவாடப்பட்ட நகை இருவரது நாக்கையும் புரட்டவிடாமல் தடுத்தது.

கத்தி முனையில் நிற்பதைக் போல் கலக்கத்துடன் நின்றவர்கள், யமாஹா சத்தத்தைக் கேட்டதும் ஆர்வமானார்கள்.

சத்தம் கிட்ட வர... அவனேதான். அது மட்டுமில்லாமல் கையில் சற்றுமுன் களவாடப்பட்ட மாதவியின் நகை.

தொலைந்தது கிடைத்துவிட்ட சந்தோஷத்தில் பெருமூச்சு விட்டனர்.

"ரொம்ப... ரொம்ப... நன்றிங்க... நீங்க செய்த இந்த உதவிக்கு என்ன கைமாறு செய்யறதுன்னே தெரியல..."

நகைக்காக ராமநாதன் அவன் முன்னே கை நீட்ட.. ராட்சதத் தனமாய் தட்டிவிட்டு சிரித்தான்.

"பொண்டாட்டி கற்புதான் முக்கியம்னு எல்லா புருசனும் நினைப்பாங்க... நீ எப்படி.. மரியாதையா கையில இருக்கற பணத்தை பத்து எண்றதுக்குள்ள எடு..."

மாதவியின் கழுத்தில் கத்தியை தேய்த்தபடி அவன்!

-வாரமலர்' 92

மயக்கம்

நண்பன் தியாகுவிடம் பதட்டம்... பரிதவிப்பு...

நான் வந்துகூட கவனிக்காமல் மகன் மதனை அவசரப்படுத்திக் கொண்டிருந்தார்.

“மதன்... கலா யாருடா... உன் தங்கை, பொட்டிக் கடைக்கு போய் சோடா வாங்கிட்டு வாடா... மயக்கம் போட்டு விழுந்துட்டா...”

கலாவுக்கு அடிக்கடி இந்த பிரச்னைதான்.

மதன் முகம் சுருக்கி, “போப்பா... வெக்கமா இருக்கு காலேஜ் படிக்கிற நான் கடையில நிக்கனுமா. சோடா வாங்கிட்டு ரோட்டுல வந்தா... என் பிரஸ்டிஜ் என்னாவுறது...” நிதானமாய் சொன்னான்.

“இப்பவே இப்படின்னா... பின்னாடி கண்டுக்கவே மாட்டான்...” தியாகு சோடா வாங்க ஓடினார்.

அடுத்த வாரம் அவசரமாக போய்க்கொண்டு இருந்த போது, சோடா பாட்டிலோடு மதன் எதிர்பட்டான்

கண்ணில் அவசரம், முகத்தில் பட.. பட..ப்..பு...

ஆச்சரியம்தான். பிரஸ்டிஜ் என்ன வாயிற்று.

ஆயிரம்தான் இருந்தாலும் உடன் பிறந்த பாசம் விட்டுப் போகுமோ?

அடிக்கடி மயக்கம் போட்டு விழும் கலாவுக்குதான் சோடா வாங்கிக்கொண்டு போகிறான் என்று தெளிவாக தெரிந்தும்... சும்மா கேட்டு வைத்தேன்.

“சோடா யாருக்கு...?

“யாரோ ஒரு பொண்ணு... மயக்கம் போட்டு ரோட்டு முனையில் விழுந்துடுச்சு... அதுக்கு...”

இப்போது- எனக்கும் சோடா தேவைப்பட்டது

-சிறுகதை கதிர்' 92

புதுச்செயின்

மூன்று நாளாக அழுது... அழுது... முகம் வீங்கிப் போயிருந்த மனைவி சுமதியை எப்படி சமாதானப் படுத்துவது எனப் புரியாமல் தவித்தான் நட்ராஜ்

“சுமதி... அழுவதால் தொலைஞ்சது கிடைக்கவா போவுது?”

“எப்படிங்க... எப்படி சும்மா இருக்கிறது. தொலைந் தது ஒண்ணேகால் பவுன் தங்கச்செயின்.” விசும்பலில் சொல் சிதறினாள்.

‘லேனா’ வில் சந்தோஷமாய் படம் பார்த்து, ஸ்கூட் டரில் திருப்புகையில், ஒரு முறைக்கு இரு முறை கழுத்தை தடவிப் பார்த்து... ஐய்யய்யோ.. என அழ ஆரம்பித்தவள் தான் இன்னும் ஓயவில்லை.

நட்ராஜுக்குக் கூட சங்கடந்தான். நொடியில் தொலைந்து ஒரு மாத சம்பளமாயிற்றே?

அலுவலகத்தில் வேலை ஓடாத நட்ராஜ்-மனைவி அழுவதை தாங்கிக் கொள்ள முடியாத நட்ராஜ் - ஒரு நீண்ட யோசிப்புக்குப் பிறகு முகம் சந்திரனானான்.

தொலைந்து போன செயினைப்போலவே புதிய-தாக ஒன்றை வாங்கிக் கொண்டுபோய்... “சுமதி... இந்தா புதுச்செயின். ஒண்ணே கால் பவுன். நல்ல பெண் இல்ல... இனி அழக்குடாது...!”

வெசனம் மாறாமல் புருவத்தைச் சுருக்கி புருஷனைப் பார்த்தாள். “பணம் எப்படி கிடைச்சுது...?”

“லோன் போட்டேன்...”

லோன் பணத்தில் பட்டுப் புடவை எடுக்கலாம் என்ற எண்ணத்தில் இருந்த சுமதி, செயினைத் தட்டிவிட்டு, ஐய்யய்யோ... தெண்டத்துக்கு மேல தெண்டமா... முழுசா இந்த நாலு நாளுல எட்டாயிரம் பறிபோயிடுச்சே!” அழுகைக்குப் பெரிதாய் பிள்ளையார் சுழி போட்டாள்!

-இதயம்’ 92

நடுத்தர நாகரிகம்

உச்சி வெயிலில் வியர்வை பிய்த்துக்கொண்டு ஊற்றியது. மின்சாரம் இல்லாததால் விசிறி ஓட வில்லை.

ஈ ஒன்று ‘குயிங்...’என்று காதருகில் அடிக்கடி கச்சேரி நடத்தி கடுப்பேற்றியது.

சே! ஞாயிற்றுக்கிழமையில் அமைதியாய் இருக்கலாம் என்றால்...

கதவு கடகடத்தது!

எழுந்து கைலியை இறுகிக், கதவைத் திறந்தான்

மயில்வாகனமும் மல்லிகாவும் சிரித்தபடி நின்றிருந்தார்கள்.

“வாங்க... வாங்க... யாரு வந்திருக்கா பாரு...”

பக்கத்து அறையில் இருந்து எட்டிப் பார்த்த கே-ாதாவரி, ஒளிமயமானாள்.

திருஞானத்தின் சித்தப்பா பையன் மயில்வாகனம். தெரிந்தவர் திருமணத்துக்கு வந்தவர் பார்த்து நாளாயிற்றே என்று இவர்களைப் பார்க்க வந்தார்கள்.

உள்ளே வந்து அமர்ந்தார்கள். ஏதேதோ பேசினார்கள். சிரித்தார்கள். அரை மணி நேரம் வாய் ஓய்ச்சலுக்குப் பிறகு கிளம்பத் தயாரானார்கள்.

“என்ன வந்ததும் கிளம்றீங்க. சாப்பிட்டுப் போ-கலாம்” என்றான், திருஞானம்.

“இரண்டு நாள் தங்கிட்டுப் போகலாம்” என்றாள், கோதாவரி.

மயில் மறுத்தான். “அடுத்த முறை தங்குற மாதிரி வர்றோம்...”

“வீட்டுல பிள்ளைங்க எந்தப் பாடுல இருக்கோ... சீக்கிரம் புறப்பட்டு போனாத்தான் நிம்மதி...” மல்லிகா அவசரமாய் பெருமூச்சு விட்டாள்.

“சரி... போகலாம்... சாப்பிட்டுப் போங்க...” திருஞானம் வற்புறுத்தினான். “சாப்பாடு தயாராக இருக்கிறது.”

“இப்பவே வயிறு டொம்மென்று இருக்கிறது. திருமண வீட்டிலே பயங்கர சாப்பாடு... அது செரிக்கவே இரண்டு நாள் பிடிக்கும்... அதனால அடுத்தமுறை வர்றப்ப கண்டிப்பா சாப்பிடறோம்” வயிற்றை தடவிக் காட்டினான், மயில்வாகனம்.

“ரொம்ப நாளைக்குப் பிறகு வந்திருக்கீங்க... கண்டிப்பா சாப்பிட்டுதான் ஆகணும்...” திருஞானம் பிடிவாதமாகக் கூறினான்.

“எங்கள் வயிறு வெடிக்கிறதை பார்க்கணும்னு ஆசையா இருக்கா...” சிரித்தான், மயில்.

“கொஞ்சமா சாப்பிட்டா... ஒண்ணும் ஆயிடாது...” கோதாவரி தன்பங்குக்கு சொன்னாள்.

“மூக்குமுட்ட சாப்பிட்டு பேருந்தில் போறது என்னால் முடியாது” என்றாள் மல்லிகா.

இருவரும் புறப்பட்டே விட்டார்கள். இவர்கள் வாசல்வரை வந்து வழியனுப்பினார்கள்.

கதவைத் தாழிட்ட கோதாவரி, “அப்பாடா... மானம் பிழைத்தது!” என்று சோபாவில் சாய்ந்தாள்.

“எனக்குந்தான்...” கோழி சத்தமாய் திருஞானம் சிரித்தான்.

கணவனை சிரிக்கவிட்டு கடுப்பாகிக் கேட்டாள், கோதாவரி “வாய் ஓயாமல் ‘சாப்பிட்டுப் போங்க’ன்னு உபசாரம் பண்ணினீகளே... இன்று வீட்டில் உலைவைச்சோமான்னு கொஞ்ச மாச்சும் நினைத்துப் பார்த்தீங்களா...”

ஞாயிறு அன்று கோதாவரிக்கு விடுமுறை. பகலில் தூக்கம், படம், கடற்கரை என்று போவார்கள். சாப்பாடு ஓட்டலில் தான்.

“திருமண வீட்டில் சாப்பிட்டு வந்தவர்கள் எப்படி சாப்பிடுவார்கள்? அது தான் அவ்வளவு பலமான வாய் உபசாரம்.”

“சமர்த்து தான்!”

“நீயுந்தான் அவர்களை சாப்பிடச் சொன்னாய்?”

“உங்களோடு நானும் ஒத்து ஊதாவிட்டால், உங்கள் சாயம் வெளுத்துப் போகுமே! சாப்பிட உட்கார்ந்திடுவாங்களோன்னு எனக்கு ஒருபக்கம் பயந்தான். நெஞ்சம் தடதட என்று அடித்துக் கொண்டது.

“நான் கை வைச்சுக் பார்க்கட்டுமா!”

“இது கொஞ்சுகிற நேரமில்லை. வயிறு கிள்ளுது. கிளம்புங்க,

சாப்பிடப் போவோம்."

"சந்திரா பவ"னுக்குச் சென்றார்கள்.

வீட்டுக்கு அருகில் இருக்கும் ஒரே ஓட்டல்.

காலியாய் இருந்த 8-வது குடும்ப அறையை நோக்கிப் போனார்கள்.

ஏழுக்கு முன்னே ஒரு சின்ன தடை.

"மல்லி... இந்த சர்வர்களுக்கு நம்மோட பசி புரியலை... ஆர்டர் பண்ணி எவ்வளவு நேரமாவுது?"

"ஒழுங்கா உங்கள் அண்ணன் வீட்டிலேயே சாப்பிட்டு இருக்கலாம்..."

"அடப்போடி, சாப்பாட்டு இராமாயி! ஒரு வீட்டில மரியாதக்காகச் சாப்பிடச் சொன்னால், உடனே உட்கார்ந்துடனும்மா? நமக்குன்னு ஒரு மரியாதை இருக்கு இல்ல... திருமணமா நடத்தினாங்க, சோதிப்பசங்க... படுகஞ்சம்..."

திருட்டு விழி விழித்தபடி திருஞானமும் கோதாவரியும் அவசரமாய் அடுத்த ஓட்டலை நோக்கிச் சென்றார்கள்!

-ராணி' 92

மாற்று மருந்து

லெக்சரராய் கல்லூரியில் பொறுப்பேற்ற முதல் நாளே சிவக்குமாருக்கு ஒரு தர்ம சங்கடமான சூழ்நிலையை உருவாக்கி விட்டான் பக்கத்து தெரு பையன் பாலன்.

கிளாஸ் ரூமுக்குள் நுழைந்த மறு நொடியே, “என்ன சிவா... கங்கிராட்ஸ்... இது என் கிளாஸ்... காலேஜ் பிடிச்சிருக்கா...?”

ஒரு நிமிடம் ஒன்றும் புரியவில்லை சிவக்குமாருக்கு. மாணவர்கள் எல்லாம் அவனை ஒரு மாதிரியாக பார்த்தார்கள். உடன் வந்த பிரின்சிபல் முகம் சுளித்தார்.

சிவக்குமார் லேசாக வழிந்து நிலமையை ஓரளவு சரிப்படுத்தினான். மாணவர்களுக்கு சிவக்குமாரை அறிமுகப்படுத்தி நகர்ந்தார் பிரின்சிபால்.

அப்போது மட்டுமல்ல... அடுத்த நாள் வரை குழப்பத்தில் தத்தளித்தான் சிவக்குமார்.

நினைவு தெரிந்த நாள் முதல் பாலனுக்கு சிவக்குமாரைத் தெரியும். அதேபோல் சிவக்குமாருக்கும் பாலனை தெரியும்.

சடு குடு முதல் கிரிக்கெட் வரை ஒன்றாக விளையாடி இருக்கிறார்கள். நான்கு அல்லது ஐந்து வயது தான் அவர்களுக்குள் வித்தியாசம்.

அந்த ‘ஒன்றாக’ என்ற நெருக்கம்தான் இப்படி மரியாதை இல்லாமல் பாலனை பேசவைத்து விட்டதோ? இதற்கு உடனே மாற்று மருந்து தேவை. இல்லை என்றால் பின்னாடி பெரும்பிரச்னைகள் வரும்.

ரொம்ப குழப்பி ஒரு முடிவுக்கு வந்தான் சிவக்குமார்.

மறுநாள் கிளாசுக்குள் நுழைந்ததும், கண்டிப்பான பார்வையில் மாணவர்களைப் பார்த்தான் சிவக்குமார்.

"நேற்றைய பாடத்துல ஏதாவது சந்தேகம் இருந்தா சொல்லுங்க..." ரெண்டு நிமிடம் மவுனப் புகை ரூம் எங்கும் வியாபிக்க... பாலனைப் பார்த்தான்.

"என்ன மிஸ்டர் பாலன்... சந்தேகம் இருந்தா தாராளமா கேளுங்க.. ப்ளீஸ்..."

பாலன் ஆணி அடித்து நின்றான்.

'டா' போட்டு பழகியவர்... திடீரென்று மிஸ்டர் போட்டு மரியாதை கொடுக்கிறார் என்றால்...

வியர்த்துப்போன பாலன், "நோ... டவுட் சார்..." என்றான்.

வியப்பில் ஆழ்ந்த மாணவர்கள், நிம்மதியோடு மூச்சு விட்டுக் கொண்டிருந்த லெக்சரர் சிவக்குமாரை அக்கறையாய் பார்த்தார்கள்.

-கதைமலர்' 92

தப்புத் தப்பாய்..!

முத்துசாமி நீட்டிய விண்ணப்பப் படிவத்தை மேலோட்டமாகப் பார்த்த தலைமை ஆசிரியர் நாரா-ாயணன் திடுக்கிட்டு நிமிர்ந்தார்.

"எ...என்ன சார் புரட்சியா.. என்ன ஜாதின்னு கேட்டு இருக்கிற இடத்துல 'பெண் ஜாதி'ன்னு எழுதி இருக்கீங்க..."

தனது மகள் கார்த்திகாவை ஒன்றாம் வகுப்பு சேர்க்க வந்திருந்த முத்துசாமி வெகு இயல்பாக "அதுல என்ன சார் தப்பு... என்னைப் பொருத்த வரைக்கும் 'ஆண் ஜாதி...பெண் ஜாதி' ன்னு உலகத்துல ரெண்டு ஜாதி தான்..."

பரிகாசமாய்ச் சிரித்தார் நாராயணன்.

"தமாஷ்... வேணாம் சார்...ஜாதி என்னான்னு எழுதிக் கொடுத்து அட்மிஷன் வாங்கிட்டு போங்க..."

"இளம் தளிர்ல நஞ்சு கலக்கிறது படு பாவம் சார். வரும் நாளைய தலைமுறைக்கு ஜாதி முத்திரை குத்தி உலகத்தை வன்முறைக் களமா மாத்திடாதீங்க. கேவலம் சுயநலம் கொண்டு நமக்கு நாமே தரம் பார்த்து ஜாதி வச்சுக்கிட்டதால இன்னைக்கு எத்தனை பலி... எத்தனை ரத்தம். ஐந்தறிவு ஜீவன் ஜாதி வச்சுக்கிட்டா திரியுதுங்க. ஏனோ ஆறறிவு படைச்ச மனுஷன் மட்டும் ஜாதி... மதம் பிடிச்சு ஐந்தறிவு ஜீவனோட கேவலமா நடந்துக்கிறோம். நம்ம தலைமுறையோட ஜாதிப் பேய் அழியட்டும் சார்..."

நாராயணன் கை தட்டினார். அதில் ஏகத்துக்கு நையாண்டித்தனம் இருந்தது.

"மிஸ்டர் முத்துசாமி... இதையே மேடைப் போட்டுப் பேசுங்க- கை தட்டல் பலமா கிடைக்கும். ஜாதிகளை களைந்தெறிவோம்னு சவால் விடுற

அரசாங்கம் தான் இந்த விண்ணப்பத்தையும் அச்சடிச்சு கொடுக்குது. பேசாம பூர்த்தி பண்ணுங்க..."

நாராயணன் நீட்டிய விண்ணப்பப் படிவத்தை முத்துசாமி சுக்கு நூறாகக் கிழித்து... தீர்மானமாய்ச் சொன்னான்.

"என்னையும்... என் மன நிலையையும் எப்ப புரிஞ்சு அங்கீகாரம் அளிக்கிறீங்களோ அன்னைக்குத் தான் என் மக ஸ்கூல் வாசல மிதிப்பா.."

வீறு நடை போட்டு திரும்புகையில், முதல் வகுப்பில் இருந்து டீச்சர் குரல் கேட்டது.

"ஜாதி இரண்டொழிய வேறில்லை..."

அவசரமாய் அப்பாவை பிராண்டினாள் கார்த்திகா...

"ஐய்யய்யோ... என்னப்பா... டீச்சர் பாடத்தை தப்புத் தப்பா சொல்லித் தர்றாங்க..."

-முல்லைச்சரம்' 93

மகனுக்குத்தான் பயம்

அப்பா அதிர்வாய் கூப்பிட்டதும், விவேக்கின் மனதில் அடர்த்தியாய் பயம் அப்பிக் கொண்டது. 'ஏ... என்னப்பா...' "ஸ்கூல்ல பிராக்கரஸ் ரிப்போர்ட் கொடுத்துட்டாங்களா..." "இ... இல்லப்பா.." மகன் நன்றாக படிக்க வேண்டும் என்ற கவலையோடு "என்ன ஸ்கூலோ... என்ன வாத்தியாரோ.. போ.. படி..."என்றார் அப்பா.

விவேக் அரச மர விநாயகரிடம் மன்றாடியது வீண் போகவில்லை. மாதம் பிறந்து ஒரு வாரம் ஆகி விட்டது. இன்னும் பிராகரஸ் கார்டு தரவில்லை. தராமலேயே விட்டுவிட ஆவன செய்... யானை முகத் தானே? கையெழுத்துக்காக விராக்கரஸ் கார்டை வீட்டில் நீட்டும் போதெல்லாம் பெரும் பிரச்னை.

அப்பா முதுகு சிவக்க அடிப்பார். சாப்பாடு பாதி யாகும். 'டிவி' பார்க்க முடியாது. சாய்ந்திரம் கிரிக்கெட் கட். காலை நாலு மணிக்கு முகத்தில் 'ஜில்'லாய் தண்ணீர்... இவை எல்லாம்... படிக்க வைக்க... மார்க் அதிகம் வாங்க வைக்க... பெற்றோர்கள் செய்யும் சதி வேலைகள்... ஆனால் என்ன ஆச்சரியம்.

விவேக் இப்போதெல்லாம் மாசம் பொறந்தால் பிராகரஸ் ரிப்போர்ட்டுக்காக தவம் கிடக்கிறான். ஸ்கூலில் இன்று தருவார்களா... நாளை தருவார்களா என்று ஆவல் பொங்க எதிர்பார்க்கிறான். சினேக வாத்தியார்களிடம் எப்போது தருவார்கள் என வலிய விசாரிக்கவும் செய்கிறான்.

நன்றாக படிக்க ஆரம்பித்து விட்டானா? மார்க்கை அப்பாவிடம் காட்டி சபாஷ்... வாங்க தவியாய் தவிக் கிறானோ? என நீங்கள் நினைத்தால் தயவு செய்து உங்களது நினைப்பை மாற்றிக் கொள்ளுங்கள்.

விவேக்கிற்கு என்று சில பொறுப்புகள்... அதுவும் அவன் அப்பாவாகி விட்டதில் இருந்து... இனி பயமெல்லாம் அவன் மகனுக்குத்தான்.

-கதைமலர்' 92

குடும்ப ரகசியம்!

ஹாலில் மாப்பிள்ளை வீட்டார் சந்தோஷ மிகுதியோடு உட்கார்ந்து இருந்தனர். சாந்தினியை அவர்களுக்கு ரொம்பவும் பிடித்து விட்டது.

ஆனால் பெண் வெட்கப்பட்டுக் கொண்டு எதிர்கால கனவுகளில் லயிக்கவில்லை. பயந்தாள்.

ஐந்து வரன் தட்டி, ஆறாவது வரன் அமைந்த சந்தோஷம் கிருஷ்ணமூர்த்திக்கும் இல்லை சாந்தியை விட இரண்டு மடங்கு பயந்தார்.

வியர்வையை துடைத்துக் கொள்ள அடிக்கடி அடுப்பங்கரைக்கு வந்தார். அங்கிருந்த மனைவி கணவரை பார்த்தாள்.

“என்னங்க, உண்மையை சொல்லிடலாங்க... சம்மந்தி நல்லவங்க மாதிரி தெரியுது... மன்னிச்சு சாந்தினியை மருமகளா ஏத்துப்பாங்க... சொல்லாம விட்டா விபரீதமா ஆயிடும். அப்புறம் சாந்தினியை வாழா வெட்டியாதான் பார்க்கணும்!”

“இந்த ஒரு பொய் ஆயிரம் பொய்யை விட மொசமானது... அதான் யோசிக்ககிறேன். இவங்களும் உண்மையைப் புரிஞ்சுக்காம நம்பள உதாசினப்படுத்திட்டா... என்னால உயிரோடு இருக்க முடியாது...” கண்ணீரைத் துடைக்க இரண்டு கைகள் போதவில்லை கிருஷ்ணமூர்த்திக்கு.

“அக்கம் பக்கம் உள்ளவங்க வாயால் அவங்க உண்மை தெரிஞ்சுக்கிறதுக்கு முன்னால நாமே சொல்லிடறதுதாங்க நல்லது...”

பெண்ணின் பிற்கால வாழ்க்கை பாதிக்கக் கூடாது என்பதில் குறியாக இருந்தாள்.

சின்ன நடை வைத்து ஹாலுக்கு வந்த கிருஷ்ண மூர்த்தி... சிரித்து பின் மெலிதாகச் சொன்னார்:

“சம்மந்திக்கிட்டே ஒரு உண்மையை சொல்லணும்... சா... சாந்தினியோட மூத்தவ வீட்ட விட்டுப் போயி தனக்கு பிடிச்சவன கல்யாணம் பண்ணிக் கிட்டா. இந்த விசயம் பின்னால உங்களுக்கு தெரிய வந்து. என் பெண்ணோட வாழ்க்கை பாழாயிடக் கூடாது பாருங்க...”

சோபா அழுந்த உட்கார்ந்திருந்த மாப்பிள்ளையின் அம்மா, தன் கணவனை அவசரமாய் நோக்கினாள்.

“மிஸ்டர் கிருஷ்ணமூர்த்தி... ஒரு சாதாரண விசயத்தைப் பெரிதுபடுத்தி எங்களை வருத்தப்பட வச்சுட்டிங்க... இந்த சின்ன ரகசியத்தைக் கூட உங்களால காப்பாத்த முடியல... நாளை எங்க குடும்ப ரககியத்தை உங்கப் பெண்ணால காப்பாத்த முடியும்ங்கிறது என்ன நிச்சயம்... இந்த சம்மந்தம் சரிபடாது...”

மாப்பிள்ளையின் அப்பா துண்டை உதறி தோளில் போட அனைவரும் எழுந்தனர்.

-கதைமலர்’ 90

காதல் ஆயுதம்

அரும்பு மீசை ஆனந்த் ஆர்வமாய் சொன்ன தோடு அரிவாள் மனையையும் தங்கையிடம் இருந்து பறித்துக் கொண்டான்.

“ப்ரியா வீட்டு பக்கமாதான் போறேன்... நா கொடுத்துடறேன்...”

“ப்ரியா வேறு யாரும் இல்லை... அவனது கனவில் நித்தம் வந்து தூக்கத்தை சூறையாடும் மோகினி. நினைவினை வேட்டையாடும் சூறாவளி.

தேவதையைக் காணப் போகும் அவசரத்தில் ‘டீக்’ காக டிரஸ் செய்து கொள்ள முனைந்தான் ஆனந்த்.

ப்ரிய பிரியாவுக்காக சில நிமிடம் கண்ணாடி முன் ஆனந்த்.. லேசில் திருப்தி வரவில்லை. குறை மனதோடு ‘வாக்கர்’ செருப்பை மாட்டிக் கொண்டு தெருவில்...

“ஆனந்த் நம்ம மண்வெட்டி ப்ரியா வீட்டுல இருக்கு... மறக்காம வாங்கிட்டு வா...” அம்மா கத்தினாள்.

“சரி...” இறங்கி நடந்தான் ஆனந்த்.

இடைப்பட்ட வைத்தி வீட்டு வாசலில் -

“எங்கடா... பந்தாவா கிளம்பிட்ட கால்ல ‘பியூமா’ ஷூ ஜொலிக்குது...

“என் தூக்கத்தை கெடுக்கிற அன்புத் துரோகி அஸ்வினி வீட்டுக்குடா...”

ஆனந்த் ‘வெடுக்’ கென திரும்பி அதிர்ந்து நின்றான்.

வைத்தியிடம் பேசிக் கொண்டிருந்த ப்ரியாவின் அண்ணன் அரவிந்த் கையில், ஆனந்த் வீட்டு மண்வெட்டி இருந்தது.

-கதைமலர்’ 91

வேலை கிடைச்சாச்சா?

திடீர் விலையேற்றம் காசிநாதனை ‘சிங்கிள் டீ’க்கு வழி இல்லாமல் செய்தது. அந்த நிலைமையை நினைத்து வருந்தி. ஜன சந்தடி மிகுந்த பஜாரில் இலக்கற்று நடக்க ஆரம்பித்தான்.

இரண்டு டிகிரி முடித்து.. இருபத்தெட்டு வயதான காசிநாதன். ஒரு ரூபாயில் ஒரு டீ, மூன்று பீடியுடன் இது மாதிரியான சாயந்திர வேளையில் நடக்க ஆரம்பித்தால் வீடு திரும்ப எப்படியும் இரவு பத்து மணிக்கு மேல் ஆகிவிடும்.

இன்று முதல் ‘டீ’ யை கட்பண்ணி... பீடி கணக்கை உயர்த்திக் கொள்ள வேண்டியதுதான்.

அதையும் விலையேற்றினால்...?

ஐம்பது காசுக்கு ‘பீடி’ கேட்டபோது, பெட்டிக் கடைக்காரன் அதிசயமாய் காசியைப் பார்த்தான். வேலை கிடைத்து விட்டதா? என்ற ஆச்சரியத்தோடு மெதுவாய் வினவினான்.

“கா...சி... தம்பி... என்ன வேலை கிடைச்சாச்சா? ரொம்ப சந்தோஷம்...”

இன்னும் பத்து வருடம் ஆனாலும் இந்தக் கேள்விக்கு ‘ஆமாம்’ சொல்ல முடியாது.

“டீ விலை ஏறிடுச்சேன்னு நினைச்சு பெருமைப்படுய்யா...”

பற்ற வைத்துக் கொண்ட காசிநாதன் ஜவுளிக் கடையைத் தாண்டும் போது மனோகரை பார்க்கும்படி ஆகிவிட்டது. யார் யாரைப் பார்க்கக் கூடாது என்று நினைக்கிறானோ... அவர்கள் தான் வரிசையாய் வந்து வலுக்கட்டாயமாய் பார்வையில் சிக்கிக் கொள் கிறார்கள்.

காசிநாதன் கூட அவசரமாய் முகத்தை வேறு பக்கம் திருப்பி ஆட்டோவுக்கு பின்னால் ஒளிந்தும் கூட பார்த்து விட்டான். தப்பிக்க முடியவில்லை.

வர வர தெரிந்தவங்களையும்... உடன் படித்த வேலையில் இருக்கும் நண்பர்களையும் பெரும்பாலும் தவிர்க்க இதுதான் காரணம். வேலையில் இருக்கிறோம் என்கிற மமதையில் கேலியாகப் பார்த்து... கிண்டல் அடித்து... 'வேலை என்னப்பா ஆச்சு? ட்ரை பண்றியா? இல்லையா? எல்லா இடத்துக்கும் அப்ளிகேஷன் போடுப்பா.' என்பார்கள்.

பர்ஸ்ட் கிளாசில் டிகிரி முடித்தவனுக்கு இதுவெல்லாம் தெரியாது?

பெற்றவர்களை விட பெரிதும் கவலைப்படுவதாய் காட்டிக் கொண்டு உள்ளுக்குள் பயங்கர சந்தோஷம் கொள்ளும் இவர்களை ஒரே அடியில் கொல்ல வேண்டும் என்று மனசு துடிக்கும்.

போன மாதம் மோகனைப் பார்க்கும் போது இப்படித்தான் "காசி... நம்ம ஸ்டேட்டுலேயே வேலை கிடைக்கும்னு நினைக்காதே... வெளியிலேயும் போ... இப்ப என்னைப் பாரு... பெங்களூர்ல மூவாயிரம் கை நிறைய வாங்கறேன்..." என்றான்.

அவனுடைய முக்கியம் நண்பனுடைய இன்னலை தவிர்க்க வேண்டும் என்பதில் இல்லை. கை நிறைய சம்பளம் வாங்குவதை சொல்ல வேண்டும் என்பதுதான்.

ஆதலாலே 'வேலை என்ன வாயிற்று?' என்று விசாரிக்கும் நண்பர்களை காசிநாதனுக்கு சுத்தமாய் பிடிப்பதில்லை.

"காசி... உன்னைத் தேடிதான் அவசரமாய் வந்தேன். நல்லவேளை வழியிலேயே பார்த்துட்டேன்... ஆமா வேலையில் இருக்கியா?"

ஆறு மாசத்துக்கு முன்னால் இது போலவே கேட்டு 'இல்லை' என்று சொன்னதும் வெளிப்படையாகவே சந்தோஷப்பட்டான். அந்த சந்தோஷத்தை மறுபடியும் சந்திப்பதில் மனோகருக்குள் அப்படி என்ன ஆவல்? வேலையில் இல்லை என்று சொன்னால்... வாங்கியா கொடுத்து விடப் போகிறான்?

"என்ன மனோ இப்படிக்கேட்டுட்ட... சுதாகர் சொல்லல... எனக்கு வேலை கிடைச்சு மூணு மாசமாச்சு! சிப்காட்ல மாசம் ரெண்டாயிரம் சம்பளம். ஒரு வருசம் போனா ரிவைஸ் பண்றேன்னு சொல்லி இருக்காங்க..." காசிக்கு உடனடியாக அப்படி ஒரு பொய் சொல்ல எப்படித்தான் மனசு வந்ததோ தெரியவில்லை? சொல்லி விட்டான்.

வேலை கிடைத்ததை நினைத்துதான் இவ்வளவு வருத்தப்படுகிறானோ? இனி கிண்டலடிக்க சான்ஸ் இல்லாமல் போனதை நினைக்கிறானா?

"அப்படியா... ரொம்ப சந்தோஷம். ட்ரீட் கிடையாதா?" புன்னைகைக்கு வாந்தான்.

காசிக்கு ஏண்டா அப்படிச் சொன்னோம் என்றாகி விட்டது.

"தயங்காத காசி... இக்கட்டான சூழ்நிலையில் கேட்டா தயக்கம் தான் வரும். பரவாயில்லை. நா ட்ரீட் தர்றேன் வா..."

இப்போது கூட அவனால் போக முடியவில்லை. எவ்வளவு தடுத்தும் முடியாமல் போக அருகில் உள்ள ஓட்டலுக்கு போய் வந்தான்.

"ரொம்ப சந்தோஷமா இருக்கு காசி... நம்ம செட்டுல எல்லாருக்கும் வேலை கிடைச்சுடுச்சு... இன்னும் செல்வகணபதிதான் பாக்கி..."

ஓய்ந்து கிடந்த வாய்க்கு அவல் கிடைத்த மாதிரி செல்வகணபதி கிடைத்து விட்டான். இனி அவன் பாடு அவ்வளவுதான். அவனை வேறு பார்க்க வேண்டும் என்கிறான். என்ன ஆகிறானோ பாவம்!

"காசி... அதே அட்ரசுலதான் இருக்கீங்களா?"

"ஆமாம்டா"

பிறகு எதை எதையோ பேசி... காசியிடம் விடைபெற்றுப் போனான். அவன் போனதும் போன நிம்மதி வந்த மாதிரி இருந்தது காசிக்கு. அந்த நிம்மதியோடு பீடியை எடுத்தான்.

ஒருவாரம் ஆகியிருக்கும்....

போஸ்ட் மேன் 'பெல்' அடித்தும்... ஏதோ வேலைக்கான இண்டர்வியூவோ அல்லது வேலைக்கான ஆர்டரோ வந்திருக்கும் என்ற அவசரக் கனவோடு போன காசிநாதனிடம். இன்லேண்ட் கவரை நீட்டினார் போஸ்ட் மேன்.

மனோகரிடமிருந்து வந்திருந்தது.

உண்மை அறிந்து கிண்டலடித்து நக்கலாக எழுதி இருப்பானோ?

கிழித்து பிரித்து படித்தான்.

'அன்பு நண்பா.. நலம்!'

எங்களது ஆபிசில் காலியாய் இருந்த ஒரு வேலையில் உன்னை அமர்த்தலாம் என்றெண்ணி மானேஜரிடம் 'ஓகே' வாங்கி உன்னிடம் வந்தேன். கடைசியில் அந்த வேலை நண்பன் செல்வ கணபதிக்கு கிடைத்தது. உனக்குதான் சிப்காட்டில் ரெண்டாயிரம் சம்பளத்தோடு வேலை கிடைத்து விட்டதே!

அன்புடன்
மனோ

கண்கள் இருண்ட காசிநாதனை, கடைசி வார்த்தை கிண்டல் பண்ணுவது மாதிரி இருந்தது.

-கதைமலர்' 90

குற்றம் புரிந்தவன்

எதிரே நிழலாடியது. நிமிர்ந்தேன். அலுவலக சிப்பந்தி முருகன் என் பார்வைக்கு காத்திருந்த மாதிரி பேசினான்.

"சார்..மானேஜர் கூப்பிடுறார்..."

'சுரீர்...' என்றது. வியர்த்த முகத்தை கர்சீப்பால் மூடிக்கொண்டேன். முகம் துடைப்பதாய் முருகன் நினைத்துக்கொண்டிருப்பான். அரண்டவன் கண்ணுக்கு இருண்டதெல்லாம் பேய். குற்றம் புரிந்தவனுக்குத் தான் குறுகுறுப்பான உணர்வு.

நடக்கிறேன், மேனேஜர் அறைக்கு. நடையில் பயம் கலந்த தயக்கம்.

அக்கவுண்டண்ட் செக்‌ஷனில் தாழ்ந்த குரலில் பேசி சிரித்துக் கொள்கிறார்கள். என்னைப் பற்றியதாக இருக்குமோ? டைப்பிஸ்ட் உமா என்னைக் கண்டதும் விரல் தடதடப்பை நிறுத்தி... என்னையே ஏன் பார்க்கிறாள்? அவளுக்கும் அந்த விஷயம் தெரிந்திருக்குமோ...?

கதவை லேசாய் 'டொக்' கினேன்.

'எஸ்... கம் இன்...' அழைத்த மேனேஜர் ஒரு ஒப்புக்குக் கூட உட்காரச் சொல்லவில்லை.

எதற்காக இந்த உதாசீனம்... என் ஊழல் அவரது நுகர்வுக்கும் வந்து விட்டதோ? அல்லது என் இருக்கைக்கு குறி பார்த்து எனக்கு கீழ் வேலை பார்க்கும் பாபுவின் வேலையாக இருக்குமோ?

மேஜையை விட்டு இன்னமும் முகம் தூக்காத மானேஜர், "மிஸ்டர் சேதுராமன்... உங்க செக்‌ஷன்ல எல்லாமே டிலே... பைல் மூவ் பண்ண தடங்கலா இருக்கீங்களாம்... உண்மையா.."

எடுத்த எடுப்பிலேயே அக்னிக் கேள்வி.

"இ... இல்ல சார்... மிஸ்டேக்கை கரெக்ட்

பண்றதால அப்படி தோணலாம்... பட் நான் சின்ஸியரா தான் இருக்கேன் சார்..."

நெஞ்சக்குழியில் நிம்மதி பரவியது. தலைக்கு வந்தது தலைப் பாகையோடு ஒழியட்டும், யப்பா... என்ன பயம் பயந்து விட்டேன். குறுக்குவழியில் போன பாவம் குலை நடுக்கம் கொடுத்து விட்டதே... டெண்டர் மாற்றி நான் பெற்ற லஞ்சம் எப்படியோ இன்றுவரை வெளி-யே தெரியவில்லை.

நாளை...?

'கையும் களவுமாக ஆளை பிடித்து விட்டார்கள். டெண்டர் எடுத்தவன் யாரையோ மாட்டி விட்டுட்டான். யாரோ தெரியல... இனி என்கொயரி. சஸ்பெண்ட். பதவி நீக்கம் கூட செய்யப்படலாம்...' இரண்டு நாளாய் ஆபீசில் இது தான் பேச்சு.

நினைத்து... நினைத்து வியர்வையில் நனைந்து, நத்தையாய் சுருங்கிப் போய்விட்டேன்... என்ன வாழ்க்கை இது!.

ஒரு சில விவரம் புரிந்தவர்களால் குற்றவாளியாக பார்க்கப் பட்டு என் கவுரவம் கூட வீழ்ச்சிக்கு வந்து விட்டது. எங்கே என் தோற்றம் கூட காட்டிக் கொடுத்து விடலாம். நடுங்காமல் பயப்படாமல் இருக்க முடியவில்லையே!

'மானேஜருக்கு எல்லாம் தெரியும்... சமயம் பார்த்து கழுத்தில் சாணை பிடித்த கத்தியை வைப்பார்...' என் காது பட காலையில் ஒருவன் பேசி கிலி ஏற்படுத்தி இருந்தான்.

மானேஜர் நிமிர்ந்தார். சமயம் பார்த்து விட்டாரோ... பெல் அழுத்தி முருகனை எட்டிப் பார்க்க வைத்தார். நான் நிற்க வைக்கப்பட்டி ருப்பதை, ஒவ்வொருவராய் கூப்பிட்டு சொல்லி தொலைத்து விடுவானே...!

சே. பேராசையால் மானம் மரியாதை இழந்து... கேவலமான பிழைப்பு நடத்திக் கொண்டு இருக்கிறேன்.

'முருகா... இ.பி. வரை போயிட்டு வா... அப்புறம் வந்து காரை துடைச்சுடு. ஒரு வி.ஐ.பி யோட லஞ்ச் அட்டர்ன் பண்ணணும்...'

பதிலுக்கு அந்த முருகன் இப்படி முகத்தில் அடித்த மாதிரி பேசுவான் என நான் கொஞ்சமும் எதிர்பார்க்கவில்லை.

"சாரி சார்... போன முறை மனிதாபிமான முறையில் இ.பி. போய் வந்தேன். ஆபிஸ் வேலை எதுவா இருந்தாலும் சொல்லுங்க... டீ வாங்கிட்டு வர்றேன். காபி வாங்கிட்டு வர்றேன். ஆனால் எதுவா இருந்தாலும் ஆபிஸ் வேலையா இருக்கணும். நான் உங்க வீட்டு வேலைக்காரன் கிடையாது. ஆபீஸ்ல தான் வேலைக்காரன். பர்சனலா என்னை யூஸ் பண்ண நினைக்காதீங்க..."

“யாரு கிட்ட பேசுற தெரியுதா?”

“நீங்க பியூன் தானேன்னு நினைச்சு பேசுறீங்களா... நான் தூய்மையா இருக்கிற தைரியத்துல பேசுறேன்...”

எனக்கு ஏனோ ‘சுருக்...’கென்றது. அறைக்குள் வரும்போது எனக்கு வியர்த்ததே... அதுபோல வியர்த்து இருந்தார் மானேஜர். ஆனால் ஒண்ணும் நடக்காததுபோல உடனடியக அவர் மாறியது ஆச்சரியம். அதற்குள் முருகன் போயிருந்தான்.

‘மிஸ்டர் சேதுராமன்... உங்களுக்கு இ.பி.யில தெரிஞ்சவங்க இருக்காங்கன்னு சொல்லி இருக்கீங்க இல்ல...’’

மானேஜரின் கேள்விக்கொக்கி புரிந்து போயிற்று. முருகன் போல் முகத்தில் அடிக்க முடியாத பலவீனமானவன் ஆயிற்றே நான்!

“ஆமாங்க சார்...” என்றேன் நான். ஒருமுறை ஏதோவொரு சந்தர்ப்பத்தில் இ.பி.யில் தெரிந்தவர் இருக்கிறார் என்று சொன்னதாக ஞாபகம்.

“கொஞ்சம் போயிட்டு வந்துருங்களேன்...”

தன்மானம் தடுமாறியது. இதை வைத்து சிக்கலில் மாட்டாமல் தப்பிக்க முடியும் என மனசு கணக்குப் போட்டது. தலையாட்டினேன், “ஓ.கே.ஸார்...”

கிளம்பும் போது மேலும் ஒரு கட்டளை. “பேத்தி படிக்கிற ஸ்கூல் உங்களுக்குத் தெரியும்ல! அப்படியே டியூசன் பீசும் கட்டிட்டு வந்துடுங்க... விபரம் புரிஞ்சவங்க போனா தான் சரிப்பட்டு வரும்...”

விவரம் புரியாமல் தலையாட்டினேன். அது சம்பந்தமாக சில விளக்கம் கேட்டுப் பெற்றேன்.

களங்கப்பட்ட கவுரவத்தோடு வெளிய வர... இப்போதும் வேலை நிறுத்தி சிலர் நிமிர்ந்து பார்த்தார்கள். கையில் மெமோவா... சஸ்பென்ஷன் ஆர்டரா என மெட்டல் டிடெக்டர் கண் கொண்டு ஆராய்ந்தார்கள். சே... வேதனை, இருப்பதோ இ.பி. கார்டும்... ஸ்கூல் பீஸ் சலானும்...

பணப்பித்து பிடித்து செய்த குற்றம் குற்றுயிராய் உலவ விட்டிருக்கிறது. சீட்டில் உட்காராமல் வெளியேறியதை புருவம் உயர்த்தி பின் தொடர்ந்தார்கள். நேரடியாக புரமோஷனுக்கு ஏற்பாடு பண்ணி விட்டதாய் நினைத்து கலக்கம் கொண்டான் எதிர் சீட் பாபு. இருக்கிற வேலையை தக்க வைக்க நான் போராடுவது அவனுக்கெங்கே தெரியப் போகிறது...?

“என்னா சார்... எங்...” முருகன் குறும்பாய் வழிமறித்தான்.

"இ.பி.போறேன்..."

"படிச்சு ஒரு கவுரவத்துல இருக்கிற நீங்களே... இப்படி செஞ்சா என்ன சார் அர்த்தம்? போங்க சார்... படிக்காதவனுக்குன்னு இருக்கிற மரியாதையை கெடுத்துடாதீங்க சார்... உங்க நிலைமையை நினைச்சு சுவத்துல முட்டிக்கிறதை தவிர எனக்கு வேற வழி தோணல சார்..." வேதனையும் வெறுப்பையும் கொட்டி நகர்ந்தான் அவன்.

அவன் தன் மானத்தை பார்க்க பொறாமையாக அருந்தது மடியில் கனமில்லாதவன்.

ஆனால் நான்...!

-குடும்பமலர்' - 2011

மீசை முளைத்த குழந்தை

குழந்தைக்கு உடம்பு சரியில்லை. டாக்டரிடம் காட்டிவிட்டு வீட்டுக்கு செல்வதற்காக பஸ்சுக்கு காத்துக்கொண்டிருந்தேன்.

அனேகமாக இதுதான் கடைசி வண்டியாக இருக்க வேண்டும். ஏகப்பட்டக் கூட்டம். குழந்தை வேறு நிலமை புரியாமல் அழுது வைத்தது. எப்படியோ வண்டி கிளம்புவதற்குள் நானும் தொற்றிக் கொண்டேன்.

பெண்கள் சீட் அவுஸ்புல்! நின்று கொண்டே போக வேண்டியதுதான் என்று ஆண்கள் பகுதியை பார்த்தபோது ஒரு வாலிபன் எனக்காக ஜன்னலோரம் ஒதுங்கிக் கொண்டு, உட்கார இடம் கொடுத்தான்.

எனக்கு பற்றிக் கொண்டு வந்தது. ராஸ்கல் அவனது பார்வை என் இடுப்புப் பகுதியை மேய்ந்தது. குழந்தை அழுதாலும் பரவாயில்லை என்று முந்தானையை இறுக்கி விட்டுக்கொண்டேன்.

எனக்குத் தெரியாதா? இந்த விடலை பசங்களோட லட்சணம். இடம் கொடுக்கிற மாதிரி கொடுத்து, பஸ் குலுங்கிறப்ப... மேல வந்து விழுவானுங்க. சரி, தவறா பட்ருக்கும்னு விட்டு விட்டா... அதை தவறா புரிஞ்சு, தெரிஞ்சே இடிப்பானுங்க... இளிப்பானுங்க!

அவன் மூஞ்சியில் கரியை பூசிவிட்டு அவனுக்கு முன் சீட்டில் இருந்த கிழவரின் பக்கத்தில் உட்கார்ந்தேன். கிழவர் என்னைப் பார்த்து சிரித்தார். நானும் சிரித்து வைத்தேன். சிறிது மவுனத்திற்குப் பின் அவரே பேசினார்.

"குழந்தைக்கு என்ன பேரு? பேரன் போல் பாவித்து தான் கேட்கிறார் என்று பெயரைச் சொன்னேன்.

"அஸ்பெண்ட் இல்லையா... தனியா வந்திருக்கே...?" என்ன அர்த்தத்தோடு கேட்கிறார்

என்று கூட யோசிக்காமல் “நைட் ஷிப்டுக்கு போயிருக்கிறார்!” என்றேன்.

வண்டி ஒரு வளைவில் திரும்ப... என் மேலே சாய்ந்தார். நான் தவறாக எடுத்துக் கொள்ளவில்லை.

பிறகு தவறாக எடுத்துக் கொள்ளாதது தவறு என்பது போல அடிக்கடி சாய ஆரம்பித்தார் . அவருடைய இடது தோள் என் வலது பக்க தோள் பட்டையை துவம்சம் செய்தது அடிக்கடி!

ஆத்திரம் ஆத்திரமாய் வந்தது. ‘தள்ளிப் போ கிழவா’ என்று எப்படி சொல்லுவது? கொஞ்சம் ஒதுங்கி உட்கார்ந்தேன்.

டிக்கெட் வாங்கச் சொல்லிகாசு கொடுத்த போதும், டிக்கெட்டை பெற்றுக் கொண்ட போது எதேச்சையாக படுவது போல் கைகளால் உரசினார்.

‘ஏன் மிஸ்டர்... அறிவிருக்கா... தள்ளிப் போயேன். கெழட்டு முண்டம்... என்று சொல்ல முடியவில்லை. கிழவர் போர்வையில் பதுங்கி இருக்கிறாரே’

இந்த கெழட்டு பட்டாளத்திற்கு வயசு ஒரு வரப்பிரசாதமாக போய் விட்டது. பெண்களின் வயசுக்கு தகுந்தாற்போல சொந்தம் கொண்டாடி... தொட்டு... அணைத்து... முத்தமிட்டு... சே!

கேடு கெட்ட கெழட்டு ஜென்மமே... உனக்கு மீசை நரைத்தாலும் ... ஆசை குறையாதா...? கிழவனுக்கு பாடம் புகட்ட வேண்டும் என்றெண்ணி... பின் சீட்டில் போய் உட்கார்ந்தேன்.

என் வருகையை எதிர்பார்க்காத, அந்த மீசை முளைத்த வாலிபன் ஜன்னலோரம் ஒதுங்கிக் கொண்டான். பிறகு மெ..ல்..ல திரும்பி குழந்தையை பார்த்தான்.

“அக்கா... பச்சைக் குழந்தையை பனியில் தூக்கிட்டு எங்க போயிட்டு வர்றீங்க? இருட்டு நேரம்... கூட யாரும் வரலியா...?” மீசை முளைத்த குழந்தை நெஜமாலுமே என் நிலைமையை பார்த்து வருத்தப்பட்டது. அதில் சகோதரம் தெரிந்தது.

நானும் வருத்தப்பட்டேன். வயசைப் பார்த்து தப்பாக கணக்கு போட்டு விட்டோமே என்று!

-கதைமலர்’ 90

படியெங்கும் பட்டிமன்றம்

பிரபாகர் சோம்பலாய் கண் விழிக்க, எதிரே ஆவி பறக்கும் காபியுடன் வசுமதி. கூடவே இலவச இணைப்பாய் 'பளிச்' புன்னகை. இப்போது தான் குளித்திருக்கிறாள், நரசுஸை மீறிய ஹமாம்.

"வசு.. என்ன முடிவு செஞ்ச...?

மனைவியின் முக மாற்றத்தை அறிய முற்படாமல், எழுந்து காப்பிக்காக கை நீட்ட, டம்ளரை 'நங்' கென கட்டிலில் வைத்தாள் வசுமதி.

"நீங்க யோசிக்கச் சொன்ன அடுத்த நிமிஷமே யோசிச்சாச்சு. குழந்தையைப் பெத்து... பாலூட்டி... சீராட்ட முடிவு பண்ணிட்டேன்."

ஒரு வார பிடிவாதத்தை சற்றும் விட்டுக் கொடுக்காமல், வசுமதி கண்டிப்பாய் இருக்க,

"நான் சொல்றத புரிஞ்சிக்கவே மாட்டேன்றியே. குழந்தை வந்தா... தனித்தனித் தீவாய் பிரிசுடு வோம் வசு... நம்ம சந்தோஷத்த நாமளே சாக அடிச்சுக் கலாமா? வா... வசு... இன்னைக்கே அபார்ஷன் பண்ணிக்கலாம்..."

வசுவின் பார்வை தீயாய் சுட்டது. "நீங்க சுமக்கப் போற மாதிரி இல்ல... 'வேணாம்... வேணாம்'னு சொல்றீங்க... குழந்தைன்னா எனக்கு உசுரு. என்னால் அபார்ஷன்லாம் பண்ணிக்க முடியாது."

"எனக்கும் தான் குழந்தைன்னா உசிரு. ஆனா மனைவி அழகா... அம்சமா இருந்தா தான் வெளி-யே நாலு இடங்களுக்கு அழைச்சுட்டு போக கணவ னுக்குப் பிடிக்கும். இந்த இருபது வயசுல கொழந்தை, பெத்து நி 'தொள... தொள...' கிழவி மாதிரி ஆயிட்டா... வேணாம் வசு... நினைச்சுப்பார்க்கவே கஷ்டமா இருக்கு."

பேசப் பிடிக்காமல், 'விருட்'டென எழுந்து போன வளை வழி மறித்து நின்றான் பிரபாகர்.

"என்ன வசு... என்னப் புரிஞ்சுக்கம்மா... கல்யாணமாகி ரெண்டு வருஷங்கூட ஆகல... அதுக்குள்ள ரெடியாயிடணுமா? ஒரு... ஐந்து வருஷம் போகட்டுமே?"

குழந்தை பெத்துக்க நிறைய வயசு இருக்கிற தெம்பில் பிரபாகர் பேச, வசுமதி கொஞ்சமும் தனது கடுகடுப்பில் இருந்து மாறவில்லை.

"அபார்‌ஷன் பண்ணிக்கிற ஐடியாவெல்லாம் எனக்கில்ல... ஒரு நாளாவது என்னை நிம்மதியா படுக்க விட்டு இருக்கீங்களா...? உங்க தினசரி இம்சையால் இப்பவே பாதி 'தொள... தொள...' கிழவியாயிட்டேன்...'

பிரபாகர் பிரமையோடு முகத்தை வேறுபக்கம் திருப்பிக் கொள்ள...

"என்ன ஊமையாயிட்டீங்க... நீங்க சொல்ற மாதிரி ஐந்து வருஷங் கழிச்சு குழந்தை பெத்துக்கலாம்... இப்பவே அபார்ஷன் பண்ணிக்கத் தயார்..."

ஆச்சர்யமாய் பிரபாகர் புன்னகைக்கு வர,

"பட்... ஒன் கண்டிஷன். அதுவரைக்கும் உங்க சுண்டு விரல் கூட என் மேல படக்கூடாது... சம்மதமா...?"

வாயடைத்துப் போன பிரபாகர், வசுமதியை போக விட்டு, விழி பிதுங்கிப் போனான்.

-இதயம்' 91

இடம்

அந்த முதியவரை பேருந்தில் பார்த்ததுமே சிதம்பரத்துக்கு தனது தாத்தாவின் ஞாபகம் வந்தது. அதற்கு மேல் ஒரு ஆள் ஏறவோ, இறங்கவோ முடி- யாதபடி பயணிகளை திணித்துக் கொண்டு போய்க் கொண்டிருந்தது பேருந்து.

இன்று காலை இது மாதிரி ஒரு பயணம் அமையும் என்று அவன் நினைத்துப் பார்த்திருக்க மாட்டான். அரசு மருத்துவமனை ஒன்றில் சிதம்பரம் பார்மசிஸ்ட்டாக பணி அமர்வு பெற்றான். இவனது உயர் அதிகாரி கைபேசி மூலமாக இன்று அதிகாலையில் அந்த உத்தரவைப் பிறப்பித்தார்.

டிரைவர் அவசர பிரேக் பிடிக்க, சிதம்பரம் கை அவசரமாக பிடிமானம் தேடிப்பிடித்துக் கொண்டது. அவனது கண்கள் அந்த பெரியவரை தேட, அவரோ முகம் தெரியாதவன் முதுகில் மோதி நழுவ இருந்த ஊன்று கோலையும் இறுக பிடித்துக் கொண்டார்.

வயதானவர்கள் மற்றும் மாற்றுத் திறனாளி களுக்கான இருக்கையில் ஒரு இளைஞனும் இளம்பெண்ணும் நெருக்கமாக உட்கார்ந்து பேசிக் கொண்டிருந்தார்கள்.

இந்த முதியவரை நகலெடுத்தது போலவே அவன் தாத்தாவும் இருப்பார், தலையில் கொஞ்சமாக இருக்கிற முடி நரைத்து... கொஞ்சமாக கூன் விழுந்து... மூக்கில் கண்ணாடி... கையில் ஊன்றுகோல்...

அருகில் ஒரு சீட் காலியாக, 'தாத்தா...' என்றான், சிதம்பரம். முதியவர்கள் திரும்பிப் பார்த்தார்.

'தாத்தா இங்க... உட்காருங்க... வயசானவங்க நீங்க நின்னுக்கிட்டு வர்றது கஷ்டமா இருக்கு...'

உட்கார்ந்து இருப்பவர்களுக்கு உறைக்கட்டும் என்பதற்காகவே கொஞ்சம் உரத்த குரலில் இதைச் சொன்னான்.

ஏற்கனவே இந்த இடத்தில் உட்கார்ந்தவர் எழுந்ததும் உட்காரு வதற்கு ஒரு போட்டா போட்டி நடந்தது. அதில் சிதம்பரம் வெற்றி பெற்று பெரியவரை உட்கார வைத்தான்.

இப்போது அவனையும் அறியாமல் மனதுக்குள் ஒரு சந்தோஷம் பரவியது.

ஓய்வூதியம் பெற்று வரும் அவனது தாத்தா வருடம் ஒரு முறை நேரிடையாக வங்கிக்கு சென்று கையெழுத்து போட வேண்டியது கட்டாயம்.

இந்த மாதம் அதுவும் இதே நாளில் தாத்தாவுடன் சிதம்பரமும் செல்லுவதாக இருந்தான். அலுவல் தடுத்து விட்டது. இதே நேரம் தாத்தாவும் ஏதாவது ஒரு பேருந்தினுள் இந்த முதியவரைப் போல அவஸ்தை அனுபவித்துக் கொண்டிருப்பார்.

தாத்தாவின் மீது பேரன் சிதம்பரத்திற்கு ரொம்பவே பாசம். டூவிலரில் தாத்தாவை அழைத்துச் சென்று அவருக்கு பிடித்த ஐஸ்கிரீம் வாங்கிக் கொடுத்து அவரது சந்தோஷத்தை ரசிப்பான்.

"சிதம்பரம்... நாம இன்னொரு நாள் ஜாலியா ஊர் சுத்தப் போகலாம். நீ உன் வேலையைப் பாரு. நான் என் வேலையைப் பார்க்கறேன். பேராண்டி வேலை தாண்டா சமூகத்துல ஒரு அங்கீகாரத்தை நிர்ணயிக்கும். என் வேலையை பார்த்துத்தான் உங்க பாட்டியை ஊர் அடைச்சு பந்தல் போட்டு கல்யாணம் பண்ணி வச்சாங்க..." தனக்கிருந்த மிச்சப்பற்களில் சிரித்து அவனையும் சிரிக்க வைப்பார் தாத்தா.

போன வாரம் சிதம்பரம், தாத்தாவை வாக்கிங் அழைத்துச் சென்ற போது ஏதோ ஒரு கவனக்குறைவான சமயத்தில் தாத்தா தடுமாறி விழ, நல்ல வேளையாக சின்ன சிராய்ப்பு காயத்துடன் போயிற்று.

"தாத்தா நான் கூட இருந்தும் உங்களை பாதுகாக்க முடியலை-லயே..."

"பேரா... நீ கூட இருந்தால் தான் இந்த அளவுக்கு சின்ன விபத்தோட தப்பிச்சேன்" தாத்தாவுக்கு பேரன் கூட இருப்பதே பல சமயங்களில் பாதுகாப்பு" என்றார்.

அம்மா கூட கிண்டல் அடிப்பது உண்டு. 'எந்த நேரம் பாத்து தாத்தா பேரை பேரனுக்கு வச்சோமோ ரெண்டும் காலேஜ் பசங்க மாதிரி லொள்ளு பண்ணிக்கிட்டு திரியுதுங்க...' என்பாள்.

இறங்கும் இடம் அருகாமையில் வந்து விட்டதை உணர்ந்த சிதம்பரம், அந்த முதியவரை பார்க்க, அவரும் பார்த்தார். அந்த பார்வையில் நன்றியுணர்வு இருந்தது.

இறங்கியதும் அவசரமாக கைபேசியை எடுத்து, தாத்தாவின் எண்ணை அழுத்த கொஞ்ச நேரம் கழித்தே "ஹலோ... பேராண்டி..." என்றார் தாத்தா.

"தாத்தா சவுகரியமா? போய் இறங்கினீங்களா..."

"சிதம்பரம்... எப்பவும் போல பஸ்ல கூட்டம், உன்னை போல ஒரு பேராண்டி எழுந்து இடத்தை எனக்கு கொடுத்தான். சவுகரிய பிரயாணம். இப்பதான் இறங்கினேன், நீ கரெக்டா போன் பண்றே..."

தாத்தாவின் குரலில் ஆனந்தம்... பேரன் முகத்தில் பேரானந்தம்.

-குடும்பமலர்' 2013

பூக்களால் அலங்கரிக்கப்பட்டு தயாராய் கட்டில். இதோ... இன்னும் கொஞ்ச நேரத்தில் முதலிரவு.

சுதாகர் கனிமொழி நினைப்பில் விசனமாய் உட்கார்ந்து... எதிர்பார்த்துக் காத்திருந்தான்.

காலையில் தாலி கட்டும் போது கவனித்தது திரும்ப திரும்ப ரீ-வைண்ட் ஆகி ஞாபகம் வந்தது. அவளது முகத்தில் துளியும் சந்தோஷமில்லை. மணமேடை காணும் நாள்தான், ஒரு பெண்ணின் மறக்க முடியாத... வாழ்நாளில் மகிழ்ச்சியான நாளாக இருக்க முடியும்.

இது கனிமொழியின் பரிபூர்ண விருப்பமில்லாத கல்யாணமா? பெற்றவர்களின் நிர்பந்தம் பேரில் சம்மதித்து கழுத்து நீட்டி விட்டாளா?

இப்படி ஏராளமான கேள்விகள், அத்தை மகன் சுதாகர் படு அப்செட் -

திரும்ப திரும்ப அதே முகம்...

அதே சோகம்.

மாப்பிள்ளை பிடிக்கவில்லை எனில் சொல்லி இருக்கலாமே? நான் என்ன அந்நியனா. சொந்த அத்தை மகன்.

நிச்சயம் பண்ணுவதற்கு முன்போ... அல்லது பின்போ ஒரு வார்த்தை... ஒரே ஒரு வார்த்தை...

கல்யாணத்தை நிறுத்தி இருப்பேனே!

நானாவது 'இந்தக் கல்யாணத்தில் சம்மதமா?' என கேட்டு இருக்கலாம்.

மீசை அரும்பும் போதே கனிமொழி மேல் பரிவும் பாசமும் என்னையும் அறியாமல் அரும்பி இருந்தது.

கால் கொலுசு சப்தம்-

சுதாகர் நிமிர்ந்தான்.

சொம்பு பாலுடன் கனிமொழி. கண்ணில் பயம். கைகளில் நடு... நடுக்கம்... சுதாகர் தாங்க முடியாத ஆத்திரத்தில் எழுந்தான். அவளருகில் போனான். அவனது வேகம் கண்டு தவித்து அப்படியே நின்று விட்டாள் கனிமொழி.

"சொல்... இந்தக் கல்யாணத்துல உனக்கு இஷ்டமில்லை தானே? தாலிக் கட்டும் போதாவது அழுது மூக்கி சிந்தி... சொல்லித் தொலைத்து இருக்கலாமே... கல்யாணத்தை எப்பாடு பட்டாவது நிறுத்தி இருப்பேன்..."

"என் பூர்ண சம்மதத்துடன் தான் கல்யாணம் நடந்தது... யாரும் கட்டாயப்படுத்தவில்லை..." என்றாள் கனிமொழி.

"பொய்... நான் நம்ப மாட்டேன்... இன்னைக்கே... இப்போதே... வக்கீல் பார்ப்போம்... டைவர்ஸ் வாங்கி..."

"எ...என்னங்க அபசகுணமா... என் சம்மதத்தோட தான் கல்யாணம் முடிஞ்சுது... ஆயிரம் சத்தியம் பண்ணத் தயார்..."

பெண் சத்தியம்- சர்க்கரை பொங்கல் கிடையாது.

"அப்புறம் ஏன் மணமேடையில 'உம்'முன்னு சோகமா உட்கார்ந்து இருந்தே..."

"ஆயிரம் பேர் பார்வை... அக்னி புகை... எந்தப் பொண்ணுக்கும் பயம் வரத்தான் செய்யும்..."

சுதாகர் மறுபடியும் தெளிவுப் படுத்திக் கொள்ள கேட்டான். "அப்ப... மாப்பிள்ளை பிடிச்சி... பரிபூர்ண சம்மதத்தோட தானே கல்யாணத்துக்கு ஒத்துக்கிட்ட..."

"அமாம்..."

அறைக் கதவு அருகே...

சுதாகர் போனான். மனம் லேசாகிப் போயிருந்தது.

"ம்... அப்ப.. சீக்கிரம் உள்ளே போ... உனது வரவுக்காக... மாப்பிள்ளை சரவணன் ஆவலா காத்துக் கிட்டு இருப்பார்..."

... திறந்து விட்டான் கதவை!

-கதைமலர்' 95

சீதனத்தோடு சீதனமா...

அலுவலகத்தில் இருந்து வீட்டுக்குத் திரும்ப சற்று நேரமாகி விட்டது. நொடிப்பொழுதில், மனோகரின் தீவிர கோபமும் அதனால் தன் சொந்த ஊருக்கு கிளம்ப காலையில் அவள் ஆயத்தமானதும் அசோக்கின் கவனத்திற்கு வந்தது.

அவளை சமாதானப்படுத்தி வீட்டோடு இருக்க வைக்க வேண்டும் என்றெண்ணி, தன் களைப்பை மறந்து அவள் ரூமுக்குள் சென்றான்.

தன் புடவை, ஜாக்கெட்டுகளை மடிக்கப் பிடிக்காமல்... சூட்கேசுக்குள், ஏதேதோ முணு முணுத்தபடி திணித்துக் கொண்டிருந்தாள்.

"மனோ... என்னப் பிரச்சினை... எதுவா இருந்தாலும் என் கிட்ட ஒரு வார்த்தை சொல்லக் கூடாதா..."

"நா... இந்த வீட்டுக்கு வந்து எத்தனை நாளாவுது..." என்று கேட்டாள் மனோகரி.

"கல்யாணமாகி இரண்டு வருடம் ஆகிறது", என்றான்.

"இந்த ரெண்டு வருஷத்துல... ஒரு நாள் கூட சந்தோஷமா... சுதந்திரமா இருக்க முடியல... வீட்டுல இருக்கிறவங்க சொல்படி... கொத்தடிமையா... இருக்க வேண்டியிருக்கு..." பெரியதாய் ஊற்றெடுத்த கண்ணீரை முந்தானையால் துடைத்துக் கொண்டாள்.

"காலையில நாலு மணிக்கெல்லாம் எழுந்து வாசலைப் பெருக்கி... சாணி தெளிக்க வேண்டியிருக்கு.. ஐந்து மணிக்கெல்லாம் பத்து பாத்திரத்தோட மன்றாடி சோர்ந்து போய்... ஆறு ஆறரைக்கு காபி வைக்கணும்... உடனே காலை டிபன்... சரி... ஏதாவது ஒரு டிபனோடு விட்டா பரவாயில்லை. ஆளுக்கு ஒரு டிபன்... ரெண்டு வகை

சட்னி... மதியம் மூணு கூட்டு.. பொரியலோட சாப்பாடு... ராத்திரி டிபன்... யாரால முடியும்... இந்த ரெண்டு வருஷமா நிம்மதியான தூக்கம் கிடையாது...

வேதனையை முழுதாய் கேட்டதும் அசோக் அசந்து போய் விட்டான். வீட்டில் உள்ளவர்களுக்கு மனோகரி என்றால் எளக்காரமாய் போய் விட்டது. இவள் மனுஷியா? இல்லை மிஷினா என்று கூட எண்ணினான்.

"சில நாள் ஓய்வா... 'டி.வி.'கூட பார்க்க முடியறது இல்லை. பெரியவங்க கூட உட்கார்ந்து பார்க்க கூடாதாம்... என்ன அநியாயம்... அதே மாதிரி நல்ல நாள் என்றால் புது துணிகூட கிடையாது... எல்லாருக்கும் திக்கா... காபி வச்சுக் கொடுத்துட்டு... நான் தண்ணியை ஊத்திக் குடிக்கணும்..." அழுகை பீறிட தலை குனிந்து கொண்டாள்.

"மனோகரி... இவ்வளவு பெரிய சோகத்தோட... என் மாமனார் வீட்டுக்குப் போய் நீ நின்னா... என்னைப் பத்தியும்... என்ன நினைப்பாரு..."

அசோக்கை கலங்கிய கண்ணோடு... அர்த்தத்தோடு பார்த்தாள்.

"இது மாதிரியான கொடுமைகள் உனக்கு தொடராது... போதுமா? வீட்டில இதைப் பத்தி பேசி உடனே நல்ல முடிவு எடுக்கிறேன். நீ போறேன்னு சொன்னதும் வீடே 'அப்செட்' ஆயிடுச்சு பாத்தியா... நீ இல்லேன்னா எங்களால நிம்மதியா இருக்க முடியாது..."

"இன்னும் ... ரெண்டு நாளு இருந்துப் பார்ப்பேன்... சரிப்பட்டு வரலைன்னா... கிளம்பிடுவேன்..."

ரூமை விட்டு அவள் போனதும் அசோக்கிற்கு புதுத்தெம்பு வந்தது. மனோ! என் மனைவி ஆபிசுல இருந்து வந்ததும் உனக்கொரு நல்ல முடிவு சொல்றேன். இந்த மெட்ராசுல உள்ள வேலைக்காரியை நம்பி பொறுப்புகளை ஒப்படைக்க முடியாது... என் மாமனாரு சீதனத்தோடு சீதனமா உன்னையும் அனுப்பி வைச்சுட்டாரு... இப்போ என் வீட்டு நிலமையை போய் சொன்னா... எங்க நிலமை என்ன ஆவுறது...

-கதைமலர்'92

லக்கி பிரைஸ்!

தூங்கி எழுந்த வெள்ளை வர்ணன் கடிகாரத்தை பார்த்ததும் அரண்டு விட்டான். பத்து மணிக்கு இண்டர்வியூ. இப்போதே மணி ஒன்பது.

காக்காய் தனமாய் குளித்து (எப்போதுமே அது போல தான் என்பது வேறு விசயம்) அரை வயிற்றோடு (பத்து இட்லி) தான் அவசரமாய் புறப்பட்டான்.

இதுவரை எத்தனையோ இண்டர்வியூக்கு அவர்கள் எதிர்பார்த்த தகுதிகளோடு சென்று இருக்கிறான். என்ன பயன்? பணம்... சிபாரிசு... போன்றவை இல்லையே?

பஸ் ஸ்டாப்பிற்கு பத்து நிமிடம்.. பஸ் வருகைக்காக ஐந்து நிமிடம்... என செலவு செய்து கரெக்ட்டாக பத்து மணிக்கு அவனை இண்டர்வுயூ பண்ண காத்துக் கொண்டிருக்கும், 'அல்மெட் (பி) லிமிடெட்' கட்டித்துக்குள் நுழைந்தான்.

வெள்ளை வர்ணனுக்கு கேள்வி பயம் துளி கூட இல்லை. எத்தனை இண்டர்வியூகளை பார்த்து இருக்கிறான், என்றாலும் அவனுக்குள் ஒரு பயம்... எப்படியாவது இந்த வேலை கிடைத்து விட வேண்டுமே என்ற இயலாமை பயம்.

சுற்றிலும் பார்த்தான் கண்ணில் யாரும் தென்படவிலலை. என்ன இது? இன்று தானே இண்டர்வியூ... ஒரு வேளை விலாசம் மாறி வந்து விட்டோமோ?

இண்டர்வியூ கார்டை பார்த்தான். கரெக்டான விலாசம். தேதியை ஒத்தி வைத்து விட்டார்களா? அல்லது முடிந்து விட்டதா?

பயங்கர குழப்பத்தில் இருந்த வெள்ளை வர்ணனை பியூன் தெளிவுபடுத்தி எம்.டி. அறைக்குள் அனுப்பி வைத்தான்.

கோட் சூட்டில் இருந்தார் எம்.டி. பை எல்லாம் பெரிசாக இருந்தது.

"யுவர் குட் நேம்... ப்ளீஸ்...," ஏதோ எழுதிக் கொண்டிருந்தவர் நிறுத்தி கேட்டார்.

சொன்னான்.

"ப்ளீஸ் உட்கார்..."

உட்கார்ந்தான்.

அவர் பைலை புரட்டி தலையை நிமிர்த்தினார். வெள்ளை வர்ணனுக்கு அவரது செய்கை செயற்கையாக தெரிந்தது.

மெதுவாக சிரித்தார். கழண்ட கேசோ...

"மிஸ்டர் வெள்ளை வர்ணன். யு ஆர் செலக்ட்டட். நாளைக்கு ஜாயின் பண்ணிடுங்க..."

வெள்ளை வர்ணன் இறக்கை இன்றி பறந்தான். கிள்ளிப் பார்த்துக் கொண்டான். வலித்தது.

அப்படி என்றால் உண்மையா?

எம்.டி. எழுந்து கை குலுக்கினார். பெரிய மனுஷனான தோரணை அதற்குள் வெள்ளை வர்ணனிடம் வந்து ஒட்டிக்கொண்டு விட்டதா?

அறையை விட்டு வெளியேற வந்த வெள்ளை வர்ணன் அப்படியே நின்றான். உள்ளே எம்.டி.யும் அவரது பி.ஏ. வும் தன்னைப் பற்றி பேசுவது தெளிவாகவே கேட்டது.

காதை கூர்மையாக்கிக் கொண்டான். ஷார்ப்னர் இல்லாமலேயே (கடிதத்துக்கு சாரி!)

"என்ன சார்... முப்பது பேருக்கு இண்டர்வியூ கார்டு அனுப்பி இருக்கோம்... பத்தாவது ஆளா வந்த இந்த வெள்ளை வர்ணனுக்கு வேலையை கொடுத்துட்டீங்க... மிச்சம் இருக்கற இருபது பேர்ல யாராவது ஒருத்தன் இவன விட அதிக தகுதியோட வந்தா என்ன பண்ணுவீங்க..." என்ற பி.ஏ.வை பார்த்து எம்.டி. சிரித்திருப்பார் போலத் தெரிகிறது. கோழி கத்தல் போல இருந்தது.

"வெள்ளை வர்ணனுக்கு உள்ள தகுதி வேற யாருக்கும் கிடையாது!"

"எப்படி சார் சொல்றீங்க?"

"இன்னைக்கு இண்டர்வியூக்கு சில பேர் ஒன்பதரை மணிக்கே வந்துட்டாங்க..."

"ஆமா..."

"அவங்களை உடனே ஒப்புக்காக இண்டர்வியூ பண்ணி அனுப்பியாச்சி..."

"தெரியும்"

"இன்னும் சில பேல் பதினோரு மணிக்கு மேல வருவாங்க... ஆனா வெள்ளை வர்ணன் மட்டும் சொன்ன நேரத்துக்கு கரெக்ட்டா... கொழுத்த ராகு காலம்னு கூட பார்க்காம வந்துட்டான். இதுல இருந்து அவனோட தன்னம்பிக்கையை புரிஞ்சுகிட்டேன். இது தனியார் கம்பெனி. ராகு காலம்... எம கண்டம்... நல்ல நேரம்... கெட்ட நேரம் பார்த்துகிட்டு இருந்தா கம்பெனியை இழுத்து மூடிட்டு விட்டுல தூங்க வேண்டியது தான். எனக்கும், என் கம்பெனிக்கும் தகுதியோட, தன்னம்பிக்கையும் உள்ளவன் தான் தேவை..."

நல்லவேளை!

காலையில் எழுந்ததும் மணி ஆகிவிட்டதே என்ற அவசரத்தில் காலண்டரை பார்க்கவில்லை. இல்லையென்றால் நிச்சயம் இந்த வேலை தனக்கு கிடைத்து இருக்காது. இனியாவது தன்னம்பிக்கையை வளர்த்துக் கொள்ள வேண்டும் என்று நினைத்துக்கொண்டே வெள்ளை வர்ணன் அவ்விடத்தை விட்டு நடந்தான். இல்லை பறந்தான்.

- கதைமலர்' 91

தெரியாத ஞானம்

இன்டர்வியூ ஹாலில் என்னையும் அவனையும் தவிர வேறு யாரும் இல்லை. பியூன் சொல்லித்தான் தெரிந்து கொண்டேன். எங்கள் இரண்டு பேருக்கு மட்டும்தான் இண்டர்வியூ.

என்னுடைய படிப்புத் தலைக்கனம் பீற்றிக் கொள்ள பக்கத்தில் உட்கார்ந்து இருந்தவனை தெனாவட்டாகப் பார்த்தேன்.

இண்டர்வியூ ஆரம்பிக்க நேரம் ஆகும் போல தெரிந்தது. பேச்சுக் கொடுத்துப் பார்த்தால் என்ன?

தொண்டையை கனைத்துக் கொண்டேன். திரும்பிப் பார்த்து மலங்க மலங்க விழித்தான். அதற்குள் என் அறிவுத் தன்மையை புரிந்து கொண்டு விட்டானா? இப்படி மரியாதை தருகிறான். கற்றவனுக்கு சென்ற இடமெல்லாம் சிறப்பு என்பது எவ்வளவு உண்மை.

"இண்டர்வியூக்கா..." சம்பிரதாயமாகக் கேட்டேன். அவனும் சம்பிரதாயமாக தலையை ஆட்டினான்.

"நல்லா பிரிப்பேர் பண்ணிட்டு வந்து இருக்கீங்களா?"

இதற்கும் முன்னதை டிட்டோ செய்தான்.

அறிவால் பின்னப்பட்டுள்ள என் மூளை அவனை பரிசோதிக்க நினைத்தது. சற்று யோசித்துக் கேட்டேன். முதலில் ஜி.கே...

"ஏர் பஸ் விமானம் எதனால ஆக்சிடெண்ட் ஆச்சு? அதை தயாரிச்சவங்களோட கவன குறைவா இல்ல ஓட்டினவனோட கவன குறைவா?"

எதிரே வந்த லாரிக்காரனோட கவனக்குறைவு!

நான் விக்கித்துப் போய் "தெரியாதுங்க!" என்றான், இதை முன்பே சொன்னா என்ன?

"நபீபியா நாட்டு விடுதலையை பற்றி..."

அந்தப் பெயரில் நாடு இருக்கிறதா என்பது போல யோசித்தான்.

நான் வெகு நேரம் அவனை யோசிக்க விடாமல் அடுத்த கேள்வியைக் கேட்டேன்.

"உலக நாடுகள் எல்லாம் அணுகுண்டு தயாரிக்கிறாங்களே... அது மனித சமூகத்துக்கு நல்லதா?"

நல்லது என்பது போல தலையசைத்தான்.

"நம்ம நாட்டுல எங்க ராக்கெட் தயாரிக்கிறாங்க?"

"தெ..தெரியாதுங்க. முன்னால சிவகாசியில தயாரிச்சாங்க!"

தலையில் அடித்துக் கொண்டேன். தேவையா? இந்த அவமானம் எனக்கு தேவையா? சரி ஈசியாக கேட்போம்.

"உங்க பெயர்"

"மோகன்..." அப்பாடா கரெக்ட் ஆன்சர்.

"என்ன குவாலிபிகேஷன்?

முழித்தான்

"படிப்பு எது வரைக்கும்..."

அதுவா? என்பது போல் உடனடியாக "எம்.எஸ்.சி" என்றான்.

"என்ன பர்சன்டேஜ்?"

அவன் படித்த காலேஜில் பர்சன்டேஜ் முறை கிடையாது என்பது போல் முழித்தான். சொல்ல விருப்பப்படவில்லை என்று எடுத்துக் கொண்டேன்.

"நம்ம நாட்டு பி.எம் யாருங்க... 'டக்'குன்னு சொல்லுங்க!"

அசல் திருடன் போலிசிடம் மாட்டிக் கொண்டவன் போல் திரு... திரு வென முழித்தான்.

பியூன் என்னை எம்.டி அறைக்குள் அனுப்பி வைத்தார். பத்து நிமிடத்திற்குப் பிறகு வெளியே வந்தபோது பயங்கர சந்தோஷம்.

வேலை எனக்குதான் கேட்ட கேள்விக்கெல்லாம் 'டாண்... டாண்'னு பதில் சொல்லி அதிகாரியை திணற அடித்து விட்டேன் அல்லவா? பாவம் அவர் என்ன கேள்வி கேட்பது என்று திக்கு முக்காடி போய் விட்டார்.

அவனுக்கெல்லாம் இண்டர்வியூ தேவையா?

ஒரு வாரத்திற்குப் பின் -

என்னை இண்டர்வியூ பண்ணிய கம்பெனிக்கு வந்தேன். ஒரு வாரத்தில் ரிசல்ட் தெரியும் என்று முன்பே சொல்லி இருந்தார்கள்.

எனக்குதான் 'வேலை' என்றாலும் ஒரு ஆர்வம் இருக்கும் அல்லவா?

நர்சரி ஸ்கூல் டீச்சர் பையனாக இருந்து, அந்த ஸ்கூல் ரிசல்டையே பார்க்கிற மாதிரி.ஹி...ஹி..

அலுவலக முகப்பில் மோகன் தென்பட்டான். என்ன நம்பிக்கை... எனக்கென்று முடிவான வேலை!

திமிராக, "மோகன்!" என்றேன். அருகில் வந்தான்.

"இன்னும் செலக்ஷன் பண்ணலையா?" உதட்டுக்குள் சிரித்துக் கொண்டான்.

"எனக்கு ஒண்ணும் தெரியாதுங்க... இருபதாயிரம் கொடுத்தேன். ஐந்து நாளா வேலைக்கு வந்துகிட்டு இருக்கேன்!" என்றான்.

'அட ஆண்டவா! எனக்கு தெரியாத விசயம் கூட உலகத்தில் இருக்கா?'

- கதைமலர்' 90

கொள்ளைக்கு ஒரு கொள்ளி

திருப்பதி மலை வாழும் வெங்கடேசனை காண பக்தர்கள் ஆர்வமாய் திருவள்ளுவரில் உட்கார்ந்து இருந்தேன். என்னைப் போலவே ஏனையரும்... அமைதியாய்... பக்த ஆர்வமாய்...

அகன்று வந்த கொட்டாவியை முடித்து, கீழே நழுவி விழுந்த கர்ச்சீப்பை எடுக்கக் குனிய அதே வேகத்தில் குபீரென வியர்த்துப் போனேன்.

பக்கத்து சீட் ஆசாமியின் ஜீன்ஸ் கட் பாக்கெட்டில் கறுப்பு தலையை காட்டியபடி துப்பாக்கி...

என் கண் அசைய மறுத்தது. நிலைக் குத்திக் கொண்டன. அத்தனை பயம். அடுத்த ஐந்து நிமிடத்தில், கர்ச்சீப் நனைந்தது. அவ்வளவு வியர்வை...

மெல்ல தைரியத்தை வரவழைத்து பக்கம் பார்த்தேன். உரித்துப் போட்ட தேங்காய் மட்டையை போல் மீசை. தலையில் இருந்த சொச்ச முடியையும் ஒட்ட வெட்டி விட்டிருந்தான்.

வலது புருவத்தில் பிளஸ் பண்ணியதைப் போல் ஒரு ஆழமான வெட்டு விழுந்த வடு எந்த போலீஸ் உபயம் பண்ணியதோ? கடும் சிகப்புக் கண்கள். சாராயம் தந்த ஜோர்.

சந்தேகமே இல்லை. இவன் கொள்ளைக்காரன் தான். இருந்தும் கத்த முடியவில்லை. தொண்டையை பார்த்து சுட்டுக்கிட்டு தொலைத்து விட்டால்... அப்புறம் ஊர் போய் சேர்ந்து கோவிந்தா... கோவிந்தா... போட முடியாதே?

பயத்துடன் பார்வையை சுழற்றினேன். இளைஞர்கள்... குழந்தைகள்... பெரியவர்கள்... நடுத்தர வயதுக்காரர்கள்... என்னை மாதிரி சில பெண்மணிகளின் கழுத்து பொன்மணிகளால் மினு மினுத்தது.

பல காலமாய் கட்டிய கணவனை நச்சரித்து வாங்கி போட்டுக் கொண்ட நகைகள் அநியாயமாய்... இப்போது ஒரு நொடியில்... கண் இமைக்கும் நேரத்தில் பறிபோகப் போகின்றன. நல்லவேளை என் மனைவி வரவில்லை. கிட்டத்தட்ட அரை மணி நேரம்... பக்கத்து ஆளிடம் இருந்து எவ்வித சலனமும் உண்டாகவில்லை. அது ஏன் என்று இப்போது தான் மெல்ல எனக்கு புரிய வந்தது.

இருபுறமும் வளர்ந்த ராட்சத மரங்கள் ரோட்டை மூடியபடி கூடாரம் போட்டிருந்தன. பஸ்சை மடக்க சரியான இடமாயிற்றே? தேங்காய் மட்டை மீசைக்காரன் மெல்ல நிமிர்ந்து எக்கி முன்னால் பார்த்தான். கருப்பு சட்டையில் ஒருவன் உதட்டால் பேசி... தலையை ஆட்டினான். பதிலுக்கு அவனும். ஐய்யய்யோ கூட்டணி கொள்ளையா? மனசு நழுவ... சீட் நுனியில்நான்!

பக்கத்து ஆசாமி மெல்ல எழ... இறுக்கமாய் கண்ணை மூடிக் கொண்டேன். ‘திருப்பதியானே... என்.. என்னை மட்டும் காப்பாத்துப்பா...’ “யாரும் அசையாதீங்க... கையில் துப்பாக்கி... டிரைவர் அடம் புடிக்காம வண்டியை வலப்பக்கமா திருப்பி...” “டுமீல்...”

அதைத் தொடர்ந்து ஒரு நீண்ட ‘ஆ’ சப்தம்! எந்தப் பக்தன் மண்டையைப் போட்டானோ? கண்ணை மெலிசாய் திறக்க... அதிர்ந்து போனேன்! தேங்காய் மட்டை மீசைக்காரனது வலது கையில் கொத்தாய் ரத்தத்தை சிந்திக் கொண்டு எருமை மாட்டு சைசில் ஒருவன்.

“துரோகி... கொள்ளைக் கூட்டங்களுக்கு கொள்ளி வைக்க வந்த சீமந்த புத்திரன்டா.. நான்...” எருமை மாட்டை தள்ளிக் கொண்டு போனான் மீசைக்காரன்.

“நல்லவேளை பாஸ்... வண்டியை விட்டு இறங்க இருந்தோம்... கடைசி நொடியில் இந்த கபோதி மாட்டிக் கொண்டான்...” கருப்பு சட்டை கரகரக்க... வெளியே தயாராய் போலீஸ் ஜீப்.

தேங்காய் மட்டை மீசைக்காரனைப் பார்த்து, காக்கி உடையில் இருந்த சில போலீஸ் சல்யூட் அடித்தது. திறந்த வாயை நான் மூட வில்லை. அவ்வளவு ஆச்சரியம்.

- கதைமலர்’ 91

நடைபாதை ஜட்ஜயா!

மலை போல் மாங்காவை குவித்து வைக்கப்பட்டு இருந்த அந்த நான்கு சக்கர வண்டியை செங்கல்வ ராயனால் தள்ள முடியவில்லை. மொத்த பலத் தையும் கைக்கு கொண்டு வந்து, காலை தரையில் அழுத்தமாய் பதித்து மெதுவாக செம்மண் ரோட்டில் ஏற்றினான்.

“மாங்கா... மாங்காய்ய்...”

வெய்யிலையும் பாரத்தையும் பொருட்படுத் தாமல் பெரிதாய் கத்தினான். சத்தியமாய் தெரு கோடி வரை கேட்டிருக்கும்.

“இந்த நீல மாங்கா, ஒண்ணு ரெண்டு ரூபாய்... ஒட்டு மாங்காய் மூணு ரூபா...”

எதிர்வீட்டில்இருந்துஇறங்கிவந்துகொண்டிருந்த சற்று பருத்த பொம்பளை, “என்னப்பா... அநியாய விலையா இருக்கு...” என்றாள்.

“அதானே...” இன்னொருத்தியும் சேர்ந்து கொண்டாள்.

“மார்க்கெட்ல மாங்காவே கிடைக்கிறது இல்ல... இந்த வருசம் காய்ச்சல் இல்லேம்மா...” என்றான் செங்கல்வராயன்.

“இந்தக் கதையெல்லாம் வேணாம். பாத்து சொல்லு...”

‘உங்களை பாத்துதாம்மா சொல்றேன்...”

மஞ்சள் சேலைக்காரி ஆழமாய் ஏறிட்டு, “என் னய்யா... வாங்கிற மாதிரி சொல்லு... ஒரு காய் கொடுத்துட்டுப் போ...”

“வேணும்னா ஒரு ஐம்பது காசு கொறச்சுக்கங்க... அதுக்கு மேல கட்டுபடியாகாது...”

செங்கல்வராயன் கரெக்ட்டாக சொல்லிவிட,

மொத்த பெண்களும் கையில் வைத்திருந்த மாங்காய்களை வண்டியில் வைத்து "அப்படியே போ... என்றனர்

அவன் மவுனமாய் தள்ள...

"அதான் உங்கிட்ட எந்த மாங்காயும் ஓடல... குவிஞ்சு கெடக்கு..."

காதில் வாங்காதவனாய் சற்று அலட்சியமாக வண்டியை தள்ளிக் கொண்டு சரணம் பாடினான். "மாங்காய்... மா...ங்...காய்..."

அவன் தெருவைதாண்டி போனதும். புதிதாக ஒருவன் அறிமுகமானான்.

"மாங்காய்... மாங்காய்..."

ஸ்பெசலாக ஆண்டவன் இவர்களுக்கு மட்டும் தொண்டை கொடுத்துடுவான் போலிருக்கிறது.

இவன் என்ன குதிரை விலை சொல்லப்போகிறானோ...

"ஏம்பா... நில்லு..." எப்படி என்றாள் ஐயர் மனைவி பார்கவி...

ஓட்டத்தை நிறுத்தி ஒண்ணு ஒரு ரூபாய்... ஒண்ணு ரெண்டு ரூபாய்.

மொத்தக்கூட்டமும் ஒருவர் முகத்தை ஒருவர் பார்த்துக்கொண்டது. உலகத்தின் நாணயஸ்தனாக இவன் இருக்க வேண்டும்.

முன்னர் போனவனுக்கும், இவனுக்கும் எவ்வளவு வித்தியாசம்?

ஒண்ணு ஒண்ணேமுக்கால்னு கொடேன்..." இது மஞ்சள் சேலைக்காரி.

சிறியதாக யோசித்தவன் "சரி" என்றான்.

ஆளாளுக்கு இஷ்டத்துக்கு வாங்கிக் கொண்டனர்.

களைப்பு மாறாமல் மீண்டும் வண்டியை தள்ளினான் அவன்.

"மாங்கா... ஒட்டு மாங்கா... நீல மாங்கா... நாக்கு பட்டா மாயமாகும் நல்ல மாங்கா..."

தெரு கடைசியில் ஆல மரத்தடியில் நின்று கொண்டிருந்த செங்கல்வராயனைப் பார்த்தும், தன் வண்டியை நிறுத்தினான் அவன்.

"வாடா... தொரை... என்ன இவ்வளவு லேட்டு?"

புன்னகைத்த துரை வண்டியின் வயிற்றில் இருந்து துண்டை உருவி முகத்தை துடைத்துக் கொண்டான்.

"வழி பூரா பயங்கர சேல்ஸ்..."

அடுத்த நொடியே செங்கல்வராயனும் சிரிப்புக்கு வந்தான்.

"அப்படியா.. சந்தோசமான இருக்கு. எப்படி நம் ஐடியா?"

"சூப்பர்... ஒட்டு மாங்காவோட உண்மையான விலை ஒரு ரூபாய்தான்... முக்கால் ரூபாய் உன் ஐடியாவால லாபம்!"

செங்கல்வராயன் வண்டியில் இருந்த காய்களின் பெரும்பகுதியை தனதாக்கிக் கொண்டான் துரை.

"சீக்கிரம்டா.. டயம் ஆச்சு... அடுத்த தெருவுல நான் முன்னாடி போறன்... நீ..."

"பின்னாடி வாறேன்!"

சொகல்வராயன் லாபம் தந்த மகிழ்ச்சியில் தன் வண்டியை தள்ளிக் கொண்டு போனான்.

"மாங்கா... மாங்கா..."

-கதைமலர்' 90

கவனிப்பு

'சொல்லலாமா? சொல்லாமல் விட்டு விடலாமா?' தவிப்புடன் கணவனைப் பார்த்தாள் செண்பகம்.

காலி காபி டம்ளரை சத்தம் எழ தரையில் வைத்து நிமிர்ந்து... பேப்பரின் மறு பக்கத்தை ஆவலுடன் புரட்டினார் சண்முகம்.

'வேண்டாம்... முதுகை புண்ணாக்கி விட்டுத்தான் ஓய்வார். அதைப் பார்த்துக் கொண்டு நிற்பது கடினம். பத்து மாசம் சுமந்தவளுக்கு, முள் குத்தினால் கூட கடினமாய் தான் தெரியும்!' என்று நினைத்த அதே மனது-

சொல்லு... விபரீதமாய் ஆகிவிடுவதற்கு முன் அணைபோடு, வரும்முன் காப்போம் என்றாவது விட்டுவிடலாம்... வந்து விட்டது... காப்பாற்றப் படுவது பத்து மாசம் சுமந்தவளின் கடமை... முதுகு புண்ணாகலாம்... வாழ்க்கை புண்ணாகி விடக் கூடாது... 'இப்படியும் நினைத்தது.

டம்ளர் எடுக்கத் தயங்கி நிற்கும் மனைவியை கண்ணாடி கழட்டிப் பார்த்தார் சண்முகம்.

"எ... என்ன செண்பகம்... ஏதோ தயங்கிற மாதிரி தோணுது... பத்து பதினைஞ்சு வருசம் ஒண்ணா வாழ்ந்த புருசங்கிட்ட சொல்றதுக்கு என்ன தயக்கம்."

படபடப்புடன் மளமளவென சொன்னாள்.

"ஏங்க... நம்ம பாபுப் பயலுக்கு மொளைச்சு மூணு எல விடல... அதுக்குள்ள...எப்படி என் வாயால சொல்றதுன்னே தெரியலைங்க. எதிர் வீட்டு சீனுவும்... நம்ம பாபுவும் ஒண்ணா சேர்ந்து ஸ்கூல் கிரவுண்ட்ல சிகரெட் பிடிச்சானுங்களாம்... பாண்டுத் தாத்தா பாத்துட்டு வந்து சொன்னார்..."

செண்பகம் நினைத்ததைப் போல் ஒன்றும் நடக்கவில்லை.

"என்னங்க... நா சொன்னது காதுல விழுந்துதா... இல்லையா? சீனுவுக்கு 'செம கவனிப்பு அவங்க வீட்டுல..."

புருவம் சுருக்கினார்.

ஆபிஸ் விட்டு வந்ததில் இருந்து ஓயாமல் கேட்கும் அழுகுரலுக்கு காரண கர்த்தா இந்த சீனு தானா?

கண்ணாடியை மாட்டிக் கொண்டு பேப்பரை எடுத்தார்.

"என்னங்க... எதுவாச்சும் சொல்லுங்க... எனக்கு பயமா இருக்கு..."

"மண்டு... நம்ம பாபு நல்லவன்... நைட் என்ன டிபன்!"

சரியான தீனி ஜடம். பெற்றவளின் பொறுப்பில் ஒருப் பங்காவது இவரிடம் இருக்க வேணாம்.

"தாத்தா... பொய் சொல்ல மாட்டாரு. எதிர் வீட்டுக்காரங்க மாதிரி பாபுவை நாலு சாத்து சாத்துங்க... அப்பத்தான் என் மனம் ஆறும்..."

"உண்மையாவே இருக்கட்டும்... உடனே அதிகாரத்தை எடுத்துக்கிட்டு தட்டிக் கேட்டுடறதா... எது நல்லது எது கெட்டதுன்னு தனக்குத்தானே தெரிஞ்சுக்கிட்டும்... அடிச்சா திருந்திடுவான்னு நினைக்கிறது முட்டாள்தனம்!"

'புள்ளைங்க செய்கிற தவறை தட்டிக் கேட்காமல் இருப்பது தான் முட்டாள் தனம் என்று கணவனுக்கு எப்படி புரிய வைப்பது?'

"என்ன வயசு... ஒண்ணும் அறியாத பருவம்... நாமதான் அதட்டி... அதன்படி இருக்கச் செய்யணும்..."

"பாபு எங்க...?"

"டியூசனுக்கு!"

"அவன் வர்றதுக்குள்ளே... உட்காரு பாடம் நடத்தாதே, அடிச்சாதான் இன்னொரு தரம் அனுபவிச்சு பார்க்கத் தோணும். அவனிஷ்டம், கண்டும்... காணாத மாதிரி விட்டா அவனாவே தெரிந்து அவன் மேல அக்கறை கொண்டு நல்ல வழியில் வருவான். கல் எடுத்தாதான் நாய் கொறைக்கும். கடிக்க வரும் கல்லு எடுக்காம விட்டா தானா தன் வழியைப் பாக்கப் போயிடும்!"

இந்த சமாதானத்தை ஏற்க தயாரில்லை போல செண்பகம் நெளிந்தாள்.

"நீங்க அடிக்க வேணாம். கூப்பிட்டாவது கேளுங்க!"

டியூசன் விட்டு வந்தது பாபுவை கூப்பிட்டார். தயங்கினாற் போல் வந்தான்.

"பாபு... டியூசன் ஒழுங்கா போறீயா?"

"போறேன்பா..."

"ஸ்கூலுக்கு..."

"போறேன்பா..."

"ஸ்கூல்... கிரவுண்டுக்கு..."

தயங்கி... "ம்..." அடி வாங்க தயார்படுத்திக் கொண்டான் தன்னை.

"சரி... சாப்பிட்டு படி..."

அடுத்த நாள் - ஸ்கூல் கிரவுண்டில் சீனுவோடு பாபுவும் இருந்தான். பேசிக் கொண்டே சிகரெட்டை எடுத்த சீனுவைப் பார்த்ததும் பாபு திடுக்கிட்டான்.

"ஏண்டா சீனு... தோல் உரியற அளவுக்கு அடி வாங்கியும் உனக்கு புத்தி வரலை..."

"வரலை... இனி என்னடா கவலை. எந்த தப்பு வேணாலும் செய்யலாம். ரெண்டு அடிவிழும்... பழக்கப்படுத்திக் கிட்டா மரத்துப் போயிடும்... நீ அடிக்கலையா?" பெரிய மனுஷனாய் ஒன்றை நீட்ட... வெறுப்பாய் தட்டி விட்டான்.

"நேத்து தெரியாம தப்பு பண்ணிட்டேன். எங்க வீட்டுக்கு இந்த விசயம் தெரிஞ்சா என்ன பண்ணுவாங்கன்னு எனக்கு தெரியாது? வேணாம் இந்த விபரீதம்..."

டியூசனுக்கு நேரமாவதை உணர்ந்து, பாபு வீட்டைப் பார்க்க நடக்க ஆரம்பித்தான்.

-கதைமலர்' 91

இளைஞர் அணி மன்றம்

புருசனை நம்பியே வெளியே வர முடியாத இந்த ராத்திரி நேரத்தில் திருவள்ளுவரை நம்பி வந்தேன் பார்... இதுக்கு மேலயும் வேணும்!

ஒன்பது மணிக்கு வரவேண்டிய பஸ், பத்து மணியாகியும் வரவில்லை. பத்தடி தொலைவில் புக் ஸ்டால் பக்கத்தில் நின்று கொண்டிருந்த ஒரு வாலிப கூட்டம், காதோடு காதாக பேசி... உரக்க சிரித்தது. அதுவும் அடிக்கடி....

என்னை பற்றியதாகத்தான் இருக்க வேண்டும்!

சூட்கேஸ் ஏர் பேக்குகளை காலடியில் வைத்துக் கொண்டேன். இளம் பெண்ணுக்கு அது பாதுகாப்பு இல்லை என்றாலும் மனதுக்குள் ஒரு திருப்தி.

மீண்டும் உரக்க சிரித்து கை தட்டினார்கள், ஓரக் கண்ணால் என்னை பார்த்தார்கள். அசல் திருட்டுப் பார்வை.

என்னை 'அந்த' மாதிரியான பெண் என்று நினைத்து விட்டார்களோ? படுபாவிகள். அக்கா தங்கச்சியோடு பிறக்கல...

பொம்பளன்னா இப்படி ஏன்தான் அலையிறா னுங்களோ?

பஸ் போக்குவரத்தும், பயணிகளின் போக்கு வரத்தும் வெகுவாக குறைந்து விட்டன.

மணியை பார்த்தேன்... பத்து ஐம்பத்தைந்து. இனிமேல் பஸ் கிடையாதா?

அவர்கள் என்னிடம் வரட்டும்... பக்கத்தில் தான் போலீஸ் ஸ்டேசன்!

யப்பா... அரசாங்கம் இந்தப் பெண்ணுக்கு கருணை காட்டி விட்டது. இனி இந்தப் பொறுக்கிகளுக்காக கவலைப்படவேண்டாம்.

திருவள்ளுவர் பஸ்சில் சந்தோசமாக ஏறும்போது, அவர்களின் பேச்சு சற்று உரக்கக் கேட்டது.

"மச்சி நம்ம இளைஞரணி மன்றம் இன்னைக்குதான் ஒரு உருப்படியான காரியம் செஞ்சிருக்கு. நேத்து இதே இடத்துல நின்னுக்கிட்டு இருந்த ஒரு இளம் பெண்ணோட கழுத்துல இருந்து பத்து சவரன் நகையை எந்த வழிபறியோ பறிச்சுகிட்டு போயிடுச்சு. இன்னைக்கு அந்த அசம்பாவிதம் நடக்காம ஒரு பெண்ணை காப்பாத்திட்டோம்..."

விசில் அடித்தபடியே அந்தக் கூட்டம் அங்கிருந்து நகர்ந்தது.

-கதைமலர்' 90

நல்லாத்தானே இருந்தான்!

பொண்டாட்டி துணை இன்றி தானாக கண் விழித்து எழுந்த சிவராமன் பெட் காபிக்காக காத்திருந்ததில் பொறுமை இழந்து போனான்.

எங்கே போனாள் இவள்?

“மனோகரி... மனோகரி...”

வீடு முழுக்க தேடிப் பார்த்து, காணாததில் சமையல் அறைக்கு வந்தான். பிளாஸ்கில் காபி. எங்கு போய் தொலைந்தாள். காபி கசந்தது. பார்வையால் சர்க்கரை டப்பாவை தேடி கிடைக்காததால் ‘ச்சை’ என அலுத்து, நாக்கைப் பற்றி கவலைப்படாமல் ‘மொடக்’ கினான். குளித்து ஈரத்தை துவட்டிக் கொண்டே வாசல் பக்கம் வந்த சிவராமனுக்கு, எந்த நேரமும் சல சலத்துக் கொண்டிருக்கும் எதிர் வீடு அமைதியாக சூன்யத்தில் பிடிபட்டதைப் போல் காணப்பட்டது

ஆபிசுக்கு நேரமாகிக் கொண்டு போவதோடு பசியும் சேர்த்து கூட்டணி அமைத்து அவனை துளைக்க, ‘மூட்’ அவுட்டாகி தவித்துக் கொண்டிருக்கையில்...

வாசலில் ஆட்டோ நிற்கும் சப்தம். அரக்க பரக்க ஓடிப் போய் பார்த்தான். எதிர் வீட்டு அம்மணிகளோடு, மனோகரியும் சோகமாக இறங்கினாள்.

“சாரிங்க... பத்து நிமிசத்துல டிபன் ரெடி பண்ணிடுறேன்!”

சிவராமனின் கோப முறைப்பை பொருட்படுத்தாமல், அடுப்பை பற்ற வைத்து வியர்வையோடு வந்தாள்.

“உங்களுக்கு விசயம் தெரியாதா? எதிர் வீட்டு தாத்தாவுக்கு அதிகாலையில் திடீர் ‘ஹார்ட் அட்டாக்.’ அலறி அடிச்சுக் கிட்டு ஆஸ்பத்திரிக்கு ஓடினாங்க... நானும்...”

சிவராமன் திடீராய் மாறிப் போனான். இரக்கம்தான் அதற்கு காரணம்.

“எ.. என்னது நம்ம கேசவ மூர்த்தி தாத்தாவுக்கா... நேத்து ராத்திரி நல்லாத்தானே பதினோரு மணி

வரைக்கும் என்னோடு பேசிக்கிட்டிருந்தார். வயசானாலும் வாழணும்னு ஆசை அடி மனசுல இருக்கத்தானே செய்யும். பாவம்! இப்ப எப்படி இருக்கார்...”

“இன்னும் மூணு மணி நேரம் கழிச்சுத்தான் எதையும் சொல்ல முடியும்னு டாக்டர் சொல்லிட்டார்!”

“தாத்தா... குணமாகி பழையபடி வீடு திரும்பணும் தெய்வமே!” வேண்டுதலோடு டிபனையும் முடித்துக் கொண்டான்.

“நீங்க போயி பாக்கலையா?”

“இப்ப டைம் இல்ல. ஆபிஸ் முடிஞ்சதும் அப்படியே போயி பார்க்கிறேன்!”

மணிக்கட்டை பார்த்து அவசரத்தை காலுக்குக் கொண்டு வந்து ஸ்கூட்டரை உதைத்தான். பெரியவர் கண் திறந்து பேரன், பேத்தி, மகன், மருமகளுக்கு(உண்மையாக) சந்தோஷத்தைக் கொடுத்து, நான்கு மணி நேரமாயிற்று.

நடுவில் டாக்டர் ஒருமுறை “இரண்டு நாள் கம்ப்ளீட் பெட் ரெஸ்ட் தேவை. இங்கயே இருக்கட்டும்,” என்று விட்டுப் போனார்.

வெகு நேரம் கழித்து கிழவருக்குள் ஒரு சந்தேகம். பக்கத்தில் இருந்த மகனிடம் கேட்டும் விட்டார்.

“ஏம்பா... தெரு சனமெல்லாம் வந்தார்கள், எதிர் வீட்டு சிவராமனையும்... அவன் மனைவியும் எங்க... என்னைப் பார்க்க வரலை போலிருக்கு!”

மகன் தயங்கி மனைவியை பார்த்தான். அவள் அது மாதிரியெல்லாம் தயங்காமல், “உங்களுக்கு விசயம் தெரியாதா? சிவராமன் ஆபிஸ் போற அவசரத்துல லாரி மோதி ஆக்சிடெண்ட் ஆயிட்டாரு...”

கேசவமூர்த்திக் சுருக்கென்றது.

“எ..என்னது நம்ம சிவராமனுக்கா? நேத்து ராத்திரி பதினோரு மணி வரைக்கும் என்னோட நல்லாதானே பேசிக்கிட்டிருந்தான். சின்ன வயசுக்காரன். வாழ வேண்டியபுள்ள... பாவம்! இப்ப எப்படி இருக்கான்...?”

மகன் சோகமாக, “இன்னும் ஆறு மணி நேரம் கழிச்சுத்தான் எதையும் சொல்ல முடியும்னு டாக்டர் சொல்லிட்டாராம்!”

“அவன் குணமாகி பழையபடி வீடு திரும்பணும் தெய்வமே!”

அவசரமாய் வேண்டிக்கொண்டார் கேசவமூர்த்தி.

-கதைமலர்’ 91

இன்னும் போரடிக்கலையா?

காந்த துருவங்களைப் போல், கலையுலகின் இரு துருவங்கள் சூப்பர் ஸ்டார் சுபின்குமார் நடிப்பு இமயம் சிவரஞ்சன்.

இருவரும் இணைந்து நடித்த துருவங்கள் இரண்டு என்ற பிரமாண்டமான படம், ஏதோ ஒரு பண்டிகையை முன்னிட்டு ரிலீஸ் ஆகியிருந்தது.

மேட்னி ஷோவிற்காக காலையில் இருந்தே திருவிழாப் போல் கூட்டம். ஒருவர் மேல் ஒருவர் நின்று கொண்டு ஒவ்வொரு நிமிடத்தையும் யுகங்களாக கழித்துக் கொண்டு இருந்தார்கள்.

தியேட்டரின் முன் நாற்பதடி கட்-அவுட்டில் சூப்பர் ஸ்டாரும், நடிப்பு இமயமும் ஒருவரை ஒருவர் முறைத்துக் கொண்டு, கழுத்து வலி எடுக்கும் அளவுக்கு மாலைகளை அணிந்து கொண்டு நெடு நேரமாக நின்று கொண்டு இருந்தார்கள்.

சிவரஞ்சன் ரசிகர் மன்றம் என்ற பேட்ச் அணிந்திருந்த குழு ஒன்று துரு துரு நடை-யோடு தியேட்டர் முகப்புக்கு வந்து, பந்தலின் முன் வங்காள விரிகுடா சைசில் துணி பேனரை விரித்து கட்டியது.

அதில் 'எங்கள் நடிப்பு இமயம் நடிக்கும் படத்தைக் காணவரும் கலைக் கண்களே வருக... வருக... என்று கொட்டை எழுத்துக்களில் எழுதப்பட்டு இருந்தது.

கீழே நின்றிருந்த மன்ற உறுப்பினர்களின் மனதில் இமய மலையில் கொடியை நட்டுவிட்ட திருப்தி உண்டாகி இருந்தது.

'ஆ...' என்று கத்திக் கொண்டு கை தட்டினர். அனைவரது நடை உடையிலும் நடிப்பு இமயத்தின் சாயல் தென்பட்டது. சிலர் அவனைப் போலவே சிரிப்புச் சிரித்து ஆடிப் காண்பித்தார்கள்.

பெண்கள் பார்க்கிறார்கள் என்றால் யாருக்கு தான் ஆட்டம் வராது?

திடீர் புயலாய் பிரசவித்த கூட்டம் ஒன்று கோபக் கனலோடு சிவரஞ்சனின் ரசிகர்களை சூழ்ந்து நின்றது. அனைவரது கண்ணிலும் சாராய நெடியை மீறிய ஆத்திரம்.

'இதுல எவன்டா தலைவன்? தில்லு இருந்தா என் முன்னால வாடா...' ஒரு அழுக்கு லுங்கி பந்தல் அதிர பேசியது. கோழி சண்டையை பார்ப்பது போல் மனித மிருக கூட்டம் கூடியது. பேனர் கட்டியவர்கள் பேந்தப் பேந்த விழித்தார்கள்.

எழுதக்கூடாதவார்த்தைகளை இலக்கணமாக உபயோகப்படுத்தி, "எங்க சூப்பர் ஸ்டார் பேனர் பின்னாடி இருக்கிறது தெரியாம எவன்டா உங்க பேனரை முன்னாடி கட்டச் சொன்னது...?

பசியைக் கூட தாங்கிக்கலாம்... இதை தாங்க மாட்டேன் என்பது போல ஒரு ஜீவன் பேசியது.

அவர்களை எதிர்த்தோ... நட்பாகவோ பேச திராணியற்று தவித்தனர் சிவரஞ்சன் ரசிகர் மன்றத்தினர்.

'சரியான சோதாப் பசங்களடா... நீங்க! உங்க தலைவரு மாதிரி-யே..."

"ஏய்... எங்கள பத்தி என்ன வேணும்னாலும் சொல்லு. எங்க தலைவர் பத்தி சொன்னே... நடக்கிறதே வேற... "திடீர் உணர்ச்சி வந்தவனாய் பேசினான். சிவரஞ்சனின் ரசிகன் ஒருவன்.

"ஹேய்... பேசறான்டா. ஊமைன்னுல்ல நினைச்சேன்..."

"எங்க தலைவன் மாதிரி உங்க தலைவருக்கு நடிக்கத் தெரியுமா... வசனம் பேசத் தெரியுமா... ஹீரோயினோட சேர்ந்து லூட்டி அடிச்சா அது நடிப்பாயிடுமா... நீங்க எல்லாம் ஒரு ரசிகர்... உங்களுக்கெல்லாம் அவன் தலைவன்..."

சிவரஞ்சன் சார்பாக ஒருவன் பேச, மற்றவர்கள் அதை ஆமோதிப்பது போல சத்தம் போட்டு, கை தட்டி சிரித்தனர்.

கைலிகளின் கண்கள் தாறுமாறாய் சிவந்தது.

பேசியவனின் சட்டையைப் பிடித்து இழுத்து முகத்தில் ஓங்கி ஒரு குத்து விட்டான் ஒருவன். அந்த குத்தோடு பேட்ச் கொத்தாக கழன்று விழுந்தது.

அவர்கள் கட்டிய துணி பேனரை அவிழ்த்து கிழித்தான் மற்றொருவன்.

ஆயிரம் வால்ட் மின்சாரத்தை மொத்தமாக தாக்கியதைப் போல்

அதிர்ந்தனர். சிவரஞ்சனின் ரசிகர்கள், திடீரென்று எம்பி குதித்த ஒருவன் சூப்பர் ஸ்டார் ரசிகரின் தாடையை குறி பார்த்து அலறச் செய்தான்.

கை கலப்பு ஏற்பட, மக்களுக்கு பூகம்ப பீதி ஏற்பட்டது. தலை தெறிக்க சிதறி ஓடினார்கள். பெண்களின் கவுண்டரில் இருந்து மரண கூக்குரல்.

எவரோட ரசிகர் என்று புரிந்து கொள்ள முடியாத ஒரு கோஷ்டி தியேட்டரை நோக்கி கல்லை சரமாரியாக வீசியது.

கண்ணாடிக் கதவுகள் சிலிங்... சிலிங்... அவசர சப்தமிட்டு விழுந்தது. நாற்பதடி கட்-அவுட் மாவு சலிக்கும் சல்லடையாய் உருமாறியது.

பஸ்சும் ஆட்டோவும் நகர முடியாமல் போக்குவரத்தை ஸ்தம்பிக்க வைத்தது.

இதற்குள் விசயம் காட்டுத் தீயாய் பரவ... யார் யாரோ வந்து, எப்படி எப்படியோ அடித்துக் கொண்டனர்.

"கால ஒட! கையை ஒட!"

"டேய்... போலீஸ்..." என்று கத்தியபடி ஒரு கோஷ்டி ஓட்டம் பிடித்தது.

அதிரடியாய் இறங்கிய போலீஸ் 'தடியடி' விநியோகம் இலவசமாய் வழங்கியது.

மறுநாள் இதுவே முக்கிய விசயமானது தினசரிகளுக்கு-

'சிவரஞ்சன்-சுபின்குமார் ரசிகர்கள் மோதல்; இருபது பேர் காயம். நாலுபேர் உயிருக்கு ஆபத்து' என்று கொட்டை எழுத்துக்ளில் அச்சாகி...

"நண்பா..."

"என்னடா... நேரம் காலம் தெரியாம போன் பண்றே..." சிவரஞ்சனின் குரலைக் கேட்டு சோம்பல் முறித்தான் சுபின்குமார்.

"இது காலை நேரம்டா.."

"எனக்கு இரவு தொடருதுடா... அடுத்த மாசம் அமெரிக்கா போ-றேன் வர்றீயா..."

"கால்ஷீட் ப்ராபளம் இல்லேனா கண்டிப்பா வறேன் கேள்விபட்டியா? நம்ம படம் ரிலீசான தியேட்டர்ல ஏகப்பட்ட கலாட்டா... பயங்கர சண்டை...."

"அதை உடுடா... இங்கேயும் சண்டை நடந்துகிட்டுதான் இருக்கு.

ஏய்!"

"என்னடா? இது 'ஏய்' ன்னு சத்தம்! நம்ம புதுப்பட ஹீரோயின் வாய்ஸ் மாதிரி இருக்கு..."

"அவளேதான்!"

"இன்னும் உனக்கு போர் அடிக்கலையா..." என்று போனை வைத்தான் மக்களால் போற்றப்படுகிற சூப்பர் ஸ்டார் சுபின்குமார்.

-கதைமலர்' 90

நெருங்கும் க்கீ... க்கீ...

ஐந்துக் கண் மதில் சுவரைத் தாண்டும் போது அந்த ஆட்டோ திணறி நிற்கிறது. ஆட்டோக்காரன் உட்கார்ந்து இருந்தபடியே கிக்கரை நெம்புகிறான். நகரமாட்டேன் என்கிறது. இறங்கி நெம்புகிறான்.

வினோதினி பயப்பட ஆரம்பிக்கிறாள். கோலிக் கண்களால் ரோட்டை ஆராய்கிறாள். 12 மணி இரவில் யாரும் தென்படவில்லை. தூரமாய் நாய் குரைக்கிறது. கெட்ட கெட்ட நினைப்பெல்லாம் அணிவகுத்து வந்து தொலைக்கிறது. ஒரு மாதத்துக்கு முன்னர் ஆஸ்பத்திருக்கு- தெரிந்த வரை பார்த்து விட்டுப் போன பெண்ணை- ஆட்டோக்காரன் புதர் பக்கமாய் இழுத்துச் சென்று கற்பழித்த செய்தி... இந்த நேரத்திலா... நடு சாமத்திலா... இந்த நிலமையிலா நினைவுக்கு வரவேண்டும்.

மெல்லமாய் திரும்பி ஆட்டோக்காரனைப் பார்க்கிறாள். நல்லவன் போல் தெரிகிறது. ஆனால், மீசைதான் பயமுறுத்துகிறது. நல்லவனாக இருக்க வேண்டும்... குறைந்த பட்சம் இன்றைக்கு மட்டுமாவது.

ஆட்டோ 'உர்ரு... உர்ரு...' என்று ஊளையிட்டு உயிரைவிடுகிறது. ஓய்ந்து போய் கைகளை உதறிக் கொண்டு டிரைவர் யோசிக்கிறான். சுற்றும் முற்றும் பார்க்கிறான்.

புதரை தேடுகிறானா பெண் மனது பீதியில் ஆழ்கிறது.

பஞ்சாயத்து யூனியன் லைட்டில் அவனது முக வியர்வை பளபளக்கிறது.

"டி.. டிரைவர்... என்ன ஆச்சு...?"

"வண்டி அழுவுது!"

அந்த நேரத்திலும் 'உட்வாட்ஸ் கிரைப் வாட்டரோடு மனம் ஒப்பிட்டுப் பார்க்கிறது. சிரிக்கப் பார்க்கிறாள். சீரியசாகிறாள். அவன் அன்னியன். ஆண். பொம்பளை சிரிச்சாப் போச்சு... வாயை மூடிக்கொள்கிறாள்.

பேக் இன்ஜினைப் பார்த்து அவளிடத்தில் வருகிறான். உதட்டைப் பிதுக்குகிறான்.

"மிஸ்... பெட்ரோல் ட்ரை ஆயிடுச்சு... கொஞ்ச தூரம் தான்... லேடீஸ் ஆஸ்டலுக்கு நடந்தே போங்களேன்!"

ஐய்யய்யோ... இந்த அட்டைக் கரி இரவிலா.. மனதுக்குள் ஆர்ட்டீஷியனாய் அலறல் வெடிக்கிறது.

"இ... இப்ப ஒண்ணும் பண்ணமுடியாதா?"

"ஒண்ணு பண்ணலாம்... நீங்க வண்டியிலேயே இருங்க... டவுனுக்கு நடந்து போயி ஆயிலு வாங்கிக்கிட்டு வர்றேன்!"

மறுபடியும் ஐய்யய்யோ...

தைரியத்தை வரவைத்துக் கொண்டு சூட்கேசை அணைத்தபடி இறங்குகிறாள். இறங்கும் போது இழுத்துச் செல்வானோ...?

பர்சை திறந்து பணத்தைக் கொடுக்கிறாள். தலையை சொறிந்து தயங்குகிறான். உழைப்புக்கேற்ற ஊதியம் பெறுபவனாம்...பாதி போதும் என்கிறான்!

பரவாயில்லை என்று நடக்கத் தொடங்குகிறாள். காசை விட கற்பு முக்கியம் காசு போனால் பரவாயில்லை. கற்பு...

பெட்டி கனக்கிறது... கை மாற்றுகிறாள். அனிச்சையாய் திரும்பிக் பார்க்கும் போது பெரியதாய் திடுக்கிறாள். சினிமா பாணி வில்லன் போல் அதிக உயர அகலத்தில் ஒரு ஆடவன்.

நடையைக் கூட்டி... அவளையே குறிபார்த்து வருபவனாய்த் தெரிகிறான்.

ஐய்யய்யோ... இன்னும் ஆயிரம் மீ. எப்படியாவது கடந்தாக வேண்டுமே? ட்ரெயின் லேட்டை நினைத்து லேட்டாக வைகிறாள்.

ஆ... ஊ... என்று காற்று ஸ்வரம் பிடிக்கிறது. ஓடத் தொடங்குகிறாள். அவனும் ஓடியாரத் தொடங்குகிறான்.

ரெட்டைத் தண்ணி கொளம்... தொண்டையை அடைத்துக் கொண்டு கத்துகிறது. தூரமாய்... இருட்டில் தென்னை மர அசைவில் வெள்ளையாய்... மனித எழும்புக் கூடா? பக்கத்தில் தானே சுடுகாடு...

நடையை... சாரி! ஓட்டத்தை கூட்டுகிறாள். சட்... செருப்பு அறுந்து விடுகிறது. நின்று போகிறாள். அருகாமையில் ஆடவனின் காலடிச் சத்தம். திரும்பிப் பார்க்க திடமில்லாமல் யானைக் காதாய் செருப்பை தூக்கிக் கொண்டு...

யூனிவர்சிடி காம்பசில் ஒரு பயலையும காணோம், ஸ்டூடன்ஸ் 'ராக்'பண்ணுவதோடு விட்டு விடுவார்கள்.

மணிக் கூண்டு மண்டையை பிளக்க வைக்கிற அளவுக்கு 'டாண்... டாண்... ' என்கிறது.

மணி 12.30 - ஆம்

மணியைப் பார்க்கிற சாக்கில் திரும்புகிறாள். டியூப்லைட் வெளிச்சத்தில் கறுப்பாய் தெரிந்தான்.

அவளது ஓட்டத்தில் இரண்டு மூன்று ரோடுகள் கடக்கிறது. வந்தாகி விட்டது... இன்னும் கொஞ்ச தூரம்தான். ஆறுதல-ாய் நிற்கிறாள். அந்த ரோடுகளில் ஏதாவது ஒன்றில் அவன் போயிருப்பானா... நிம்மதியாய் திரும்புகிறாள்...

அவனைக் காணோம்.

அப்பாட... என்கிறது மனம். நிர்மூல மனதோடு நடக்கத் தொடங்குகிறாள். அறுந்த செருப்பும்... சூட்கேசும் கை மாறுகிறது. யப்பா... என்ன வலி, சல்வார் முழுக்க பலத்த வெள்ளம் வியர்வை.

டப்..டப்..டப்..டப்...

அதிரடியாய் திரும்புகிறாள். பேரிடியாய் அதிர்கிறாள். அதே காமுகன். ஆனால் முன்னை விட அவசரமாய்... ஆர்வமாய்...

அடுத்த ரேஸ் ஆரம்பமாகிறது. காலில் கல் குத்தல். அட்ஜஸ்ட் பண்ணிக் கொள்கிறாள். மியூசிக் காலேஜ்... பாட்டனிதுறை...கோ-கலே ஹால் என்று அவசரமாய் பார்வையை விட்டு ஓடி மறைகிறது.

ஒய்யாரமான ஆனந்தம் கிட்ட வந்து விடுகிறது. லேடீஸ் ஆஸ்டல். பாதுகாப்பு அரண்.

பயம்... வியர்வை... அவசரம்.. நினைவுகள் முதலியவை அவளை விட்டு விலகிக் கொள்கிறது. நடக்க ஆரம்பிக்கிறாள். நுழைவு வாயிலில் வாட்ச்மேன் கிழம்.

அவளது கொவ்வை இதழ் குவித்து 'லா... லா...' பாடுகிறாள். காற்றினை... தழுவிப் போகும் விதத்தினை, ஆர்வமாய் ரசிக்கிறாள்.

திமிராக திரும்பிப் பார்க்கிறாள். அவன்... திரும்பிப் போகவில்லை!

'இனி... என்னை என்ன செய்ய முடியும்...' பெண்களுக்கே உரிய-தான கர்வம் அவளைக் கவ்விக் கொள்கிறது.

வாட்ச் மேன் தூங்கிவது துல்லியமாய் தெரியும் அளவுக்கு ஆஸ்டலை வழி நெருங்கி விடுகிறாள். எதாவது ஒன்று என்றால் எழுப்பி விட்டுக் கொள்ளலாம்.

திடீர் தைரியத்தில் நின்று திரும்புகிறாள். மூச்சு வாங்கியபடி சிரிக்கிறான்.

"ஏங்க... பயங்கரமா தண்ணீ காட்டிட்டீங்க... லேடீஸ் ஆஸ்டல் எங்கேன்னு அந்த ஆட்டோ டிரைவர்கிட்டக் கேட்டேன்... உங்க பின்னாடியே போகச் சொன்னான். ரூம் நம்பர் நூத்தியெட்டுல என் தங்கச்சி சுந்தரி இருப்பா... கொஞ்சம் எழுப்பி அனுப்புங்க..."

சீ...!

கற்பனைகளை உதறிவிட்டு 'சரி' என்பது போல் தலையை ஆட்டி... இதுவரை நினைத்ததை நினைத்து வெக்கப்பட்டவளாய் 108-ஐ நோக்கி ஓடுகிறாள்.

-கதைமலர்' 91

தனிமையை வீணாக்கலாமா?

வாடகை வீடுதான் என்றாலும், தனிக்குடித் தனம் வந்தது. சந்தோஷமாக இருந்தது சுபாவிற்கு.

தனக்கு இஷ்டப்பட்ட போட்டோவை, காலண்டரை வீடெங்கும் மாட்டி அழகு பார்த்தாள்.

மாமியார் வீட்டில் இருந்தால் இதே போல் முடியுமா?

'ஏண்டி... நாலு சுவற்றுக்குள்ள குடும்பம் தான் நடக்கணும். இப்படி கும்மாளமும்... கண்ட நடிகையோட போட்டோவும் இருக்கக் கூடாதடி,' என்பாள்.

மேஜை மேல் கிடந்த வார இதழ்களை எடுத்து ஒன்று விடாமல் படித்தாள்.

இப்போது ரகசியம் வேண்டியது இல்லை. ஒளிவு மறைவு வேண்டியதில்லை. மாமியார் வீட்டில்தான் அதெல்லாம் தேவை.

'வயசுப் பொண்ணுக்கு கதை புத்தகம் என்னடி... தூக்கிப் போடு... உன் கதையே பெரிய நாவலா இருக்கு. அதுல கண்ட கண்டத காசுக்காக போட்டு பொம்பளைங்க மனசை கெடுத்து விடுவானுங்க... என்று கையில் எடுத்த புத்தகத்தை 'பக்' என பிடுங்கிக் கொள்வாள். வீட்டு வேலைகள் எல்லாம் சுபாவின் தலை மேல்தான். விழும். நாத்தனார்களுக்கு அரட்டை அடிக்கவும், சாப்பிட்டு தூங்கவும்தான் தெரியும். எப்போதாவது விழித்திருந்தால் 'உங்கள் விருப்பம்'

சுபாவிற்கு தனி விருப்பம் கிடையாது. எல்லாம் மாமியார் விருப்பம் தான். கல்யாணம் ஆகி அந்த வீட்டிற்கு மருமகளாக வந்து ஆறு மாதம்தான் ஆகிறது. அதற்குள் அறுந்து விட்ட பட்டம் போல் ஆனாள்.

அப்போதெல்லாம் அவளுக்கு ஒரே ஒரு சந்தோஷம் உண்டு.

கணவன் பிரபாகரன் ஆபிஸ் முடிந்து ஐந்தரை மணிக்கெல்லாம் வீட்டுக்கு வந்து, சுபாவை வெளியிடங்களுக்கு அழைத்துச் செல்வான். ஓட்டல், பீச், சினிமா என்று சுற்றுவார்கள். திரும்ப வானம் வெளுத்து விட்டால், சந்தோஷம் மறைந்து துக்கம் தொற்றிக் கொள்ளும்.

மாமனார் அழகப்பன் தான் ஒருமுறை சொன்னார். ‘மருமகப் பெண்ணே... உன் புருஷன் ரெண்டாயிரம் சம்பாதிக்கிறான். நீ ஏன் இங்க கெடந்து கஷ்டப்படணும். கல்யாணமான புதுமண தம்பதிகளுக்கு மாமியார் வீடு ஜெயில் மாதிரி. வேற எடம் பார்த்து தனிக்குடித்தனம் போக வேண்டியது தானே?’

பொண்டாட்டியை பழிவாங்கும் திருப்தியில் அவர் விதைத்த விதை, சுபாவின் மனதில் ஆலமரமாக விஸ்வரூபம் எடுத்தது.

மாலையில் பீச்சில்... ‘ஏங்க... தனிக்குடித்தனம் போயிடலாங்க...’

ஓட்டலில், ‘உனக்கு என்ன வேணும் என்ற கணவனிடம், ‘தனிக்குடித்தனம் வேணும்!’

தியேட்டரில், ‘படம் நல்லா இருக்கா... தனிக்குடித்தனம் தாங்க புடிக்குது, ‘என்று பேசிப் பேசி நச்சரிக்க ஆரம்பித்தாள்.

சில நாட்களில் வேண்டுமென்றே. “உடம்பு சரியில்ல... இன் னைக்கு வெளியே போக வேணாம்,’ என்று மறைமுக எதிர்ப்பு சொன்னாள். கல்லும் கரைந்தது. பிரபாகரன் தன் தாயிடம் பேசி, சமாளித்து, வாதாடி இந்த வீட்டை வாடகைக்கு பிடித்து, நேற்றுதான் குடி வந்தனர்.

சுபா கண் விழித்து எழுந்தபோது மணி நான்கு. பகல் தூக்கம் அவளுக்கு ஒரு புதிய அனுபவத்தை தந்தது. மாமியார் வீட்டில் இரவு கூட நிம்மதியாக துாங்கியது கிடையாதே!

ஷவரில் நின்று அசதி தீர குளித்தாள். தனக்குப் பிடித்த புடை-வயை கட்டிக் கொண்டாள். பூ வைத்துக் கொண்டாள். கண்ணாடி முன் நின்று வெகு நேரம் அலங்காரம் செய்து கொண்டாள்.

ஐந்தரை மணி ஆபிஸ் முடிந்து விடுமே. ஏன் இன்னும் வரவில்லை. இத்தனைக்கு வீடு ஆபிஸ் அருகில்தானே இருக்கிறது. நேரத்தை வீணடிக்காமல் மீண்டும் பவுடர் அடித்துக் கொண்டாள். புடவை கட்டை சரிபடுத்தினாள். மல்லிகையை இடம் மாற்றி வைத்தாள்.

இன்றைக்கு சாந்தோம் போக வேண்டும். பிறகு பகவதி விலாஸ் பேப்பர் ரோஸ்ட் சாப்பிட வேண்டும். அவருக்கு பகவதி விலாஸ் வடை என்றால் ரொம்ப பிடிக்கும். ஆறு மணி ஆகியிருந்தது. கட்டிய புருஷனை இன்னும் காணவில்லை.

'புருஷனே... சீக்கிரம் வாயேன். இங்கே உனக்காக ஒரு ஜீவன் காத்துக் கிடக்கிறது.

வாசலில் உட்கார்ந்து போவோர் வருவோரில் பிரபாகரனை தேடி, ஏழு மணிக்கு கண்டுபிடித்தாள்.

முகம், பிரிட்ஜில் வைத்த ஆப்பிள் போல வியர்த்து இருந்தது. கோபத்தை வெற்றிலை சாயம் போல் குதப்பி கணவன் மேல் கொப்பளித்தாள்.

"இவ்வளவு நேரம் எங்கே போயிருந்தீங்க?"

"காலையில் போறப்ப சொல்லிட்டு தானே போனேன். வர வர உனக்கு மறதி." உலகில் மிகச் சிறந்த ஜோக் அடித்தது போல் சிரித்தான்.

"சிரிக்காதீங்க... பத்திக்கிட்டு வருது. ஐந்து மணியில் இருந்து எவ்வளவு நேரம் காத்துக்கிட்டு இருந்தேன் தெரியுமா..."

"சாரி சுபா... என் பிரண்ட் ஜவகர் தன் வீட்டுக்குக் கூப்பிட்டான். அப்படியே போயிட்டேன்..." அவள் தோளை பற்ற... போபம் குறையாமல் உதறி விட்டாள்.

"அச்சச்சோ... இன்னைக்கு என்ன அவ்வளவு கோபம்... என் செல்ல பொண்டாட்டிக்கு..." கன்னத்தில் முத்தமிட போக, அவளோ தலை-யை வெடுக்கென்று நகர்த்திகொள்ள, அமலா காலண்டரை பார்த்து உதட்டை இழுத்துக் கொண்டான்.

"இன்னைக்கு சாந்தோம் போகலாம்னு எவ்வளவு ஆசை-சயா இருந்தேன் தெரியுமா... "என்ற மனைவியை குறி மறவாமல் அணைத்துக் கொண்டான்.

"சாரிம்மா. நம்பளுக்கு எதுக்கு இனிமே மெரினா.. சாந்தோம்... முன்னே வீட்டுல அம்மா, அப்பா, தங்கைன்னு ஒரே தொந்திரவு. அதனால தனிமையை தேடிப் போனோம். இப்ப அந்த தனிமையே நம்பளை தேடி வந்திருக்கே... டயத்தை வேஸ்ட் பண்ணலாமா?" என்று மேலும் இறுக்கமாக அணைத்துக் கொண்டான்.

ஏதோ புரிவது போலிருந்தது சுபாவுக்கு.

'இந்த வீடு பிடிக்கலை, வாடகை கட்டுப்படி ஆகாது, பெத்தவங்க வீட்டை பக்கத்துல வச்சுக்கிட்டு தனி வீடு எதற்கு. அங்கேயே போய் விடலாம். பார்க்கிறவங்க உங்களை தப்பா நினைப்பாங்க... என்று புருஷன்காரனிடம் நாளைக்கே சொல்ல வேண்டும்.

--கதைமலர்' 90

தமிழ் வாழ்க

காலையிலேயே ஏகப்பட்ட கூட்டம். கூட்டத்தின் நடுவே. கூரை இல்லாத மேடை. அதில் புத்தம் புதிய டி.வி.பெட்டி. பக்கத்தில் கடப்பாறையோடு சந்தானம்.

"ஏங்க வேணாங்க... புதுசுங்க!"

"ஏய்... எல்லாம், எனக்குத் தெரியும். வாங்கினவன் நான். நீ யாருடீ தடுக்கிறதுக்கு?"

"மகேசுக்கு கிரிக்கெட் மேட்சுனா உசுருங்க..."

"சர்த்தான் போடி!"

மனைவி எவ்வளவு தடுத்தும் கேட்காமல் டி.வி பெட்டியை வீதிக்கு கொண்டு வந்து, அரைமணி நேரமாக உடைக்கக் காத்துக் கொண்டிருந்தான்.

மனைவிக்கு நல்ல புருஷனாக இருப்பதை விட, அவள் சார்ந்திருந்த கட்சிக்கு நல்ல தொண்டனாக இருப்பதே பெருமை என்று நினைத்தான் சந்தானம்.

அன்று அவனுடைய கட்சித் தலைவர், சுந்தரநாதன் இந்தி எதிர்ப்பை முன்னிட்டு டி.வி பெட்டியை தலைமையகத்தில் கரெக்ட்டாக பத்து மணிக்கு உடைக்க இருக்கிறார்.

இந்த செய்திஅனைத்து பத்திரிகைகளிலும், கொட்டை எழுத்துகளில் வந்திருக்கின்றன.

அதே நேரத்திற்குதான் இவனும் காத்துக் கொண்டிருக்கிறான்.

அவனைச் சுற்றி ஒரு கும்பல் கட்சி கரைவேட்யை இழுத்து கட்டிக் கொண்டு, இதில் ஏதாவது தனக்கு ஆதாயம் கிடைக்கும் என்று தலைவரைப் பற்றியும் சந்தானத்தைப் பற்றியும் 'ரீல்' விட்டுக் கொண்டிருந்தது.

கரெட்டாக பத்து மணி - ஒரு கரைவேட்டி கை காட்ட...

"இந்தி ஒழிக... தமிழ் வாழ்க..." என்று கத்தியபடி கடப்பாறையை டி.வி பெட்டிக்குள் இறக்கினான் சந்தானம்.

வேடிக்கை பார்த்த கூட்டம், கை தட்டியது. காசா? பணமா?

இரவு தன் செகரட்டரியை கடிந்துகொண்டார் கட்சித் தலைவர்.

"ஒரு வேலையை உன்கிட்ட ஒப்படைச்சா பொறுப்பா செய்ய மாட்டியா?"

"சாரி சார்... பழைய டி.வி பெட்டி கிடைக்க லேட்டாயிடுச்சு...

"நல்லவேளை, கடைசி நேரத்துல கொண்டு வந்துட்டோ... இல்லேனா என்ன ஆகியிருக்கும். ரெண்டு மூணு பேரு என் சொந்த டி.வியை கொண்டு வர ஐடியா சொன்னாங்க.

"என் பேரன் டி.வி. மூலமா இப்பதான் இந்தி கத்துகிட்டு இருக்கான். கொஞ்ச நேரத்துல காரியத்தையே கெடுக்க பார்த்தியே..."

சொல்லிவிட்டு விஸ்கியை பால் போல சப்பிக் குடித்துக் கொண்டே... டி.வியில் ஓடிக் கொண்டிருந்த இந்தி செய்தியை உன்னிப்புடன் பார்க்க ஆரம்பித்தார் சுந்தரநாதன்.

-கதைமலர்' 90

வேலியில் போன ஓணான்

வள்ளிம்மாளிடம் இருந்த பயம். கணவர் சிங்க பெருமாளிடமும் இருந்தது. முதலில் வெளிப்படுத்தியது என்னவோ வள்ளியம்மாள் தான்.

"ஏங்க... சொந்தக் காரங்களுக்கு நேர்ல போயித்தான் பத்திரிக்கை வைக்கணும். போஸ்ட்ல அனுப்பினா வறட்டு கவுரவம் பாத்து நம்ம ரவி கல்யாணத்துக்கு எதுவும் வராது..." "சரி... ரவியை தனியாவா விட்டுட்டுப் போறது!" அவர்களது ஒரே மகன் ரவி பொழுது சாய்ந்தால் 'தண்ணி'அடிப்பது அவனது அன்றாட நடவடிக்கை.

அட்லீஸ்ட் கல்யாணம் வரைக்குமாவது ரவியை நல்ல மாப்பிள்ளையாக பெண் வீட்டாருக்கு காட்ட வேண்டுமே என்ற கவலையிலே ரொம்ப யோசித்தார். "வள்ளி... ஒரு ஐடியா... என் அண்ணன் மகன் ரமேஷை லெட்டர் போட்டு வரச் சொல்வோமா?"

வள்ளி பிரகாசமானாள். "கரெக்ட்டுங்க பெத்தவங்க கண்டிப்புல வளர்ந்தவன். அவனை பார்த்தாலாவது நம்மப் புள்ள திருந்த சான்ஸ் இருக்கு. ரொம்ப படிச்சவனான ரமேஷ் மேல எப்பவுமே ரவிக்கு தனி மரியாதை! தாமதிக்காமல் கடிதம் எழுதி ரமேஷ் வந்ததும் கனத்த நிம்மதியோடு ஊருக்குப் புறப்பட்டுப் போனார்கள். போனது தான் தாமதம்.

"ரவி... வீட்டை விட்டா காலேஜ் காலேஜை விட்டா வீடுன்னு ஊர்ல படு கண்டீசன். அதனால என்னோட ஆசை இதுநாள் வரை நிறைவேறாமலே போயிடுத்து..." சத்தமாய் காதருகில் போய் கிசு கிசுத்து முகத்தை மூடிக்கொண்டான் ரமேஷ். சின்னதாக சிரித்த ரவி, "கல்யாணம் வரைக்கும் அதெல்லாம் தொடக் கூடாதுன்னு நினைச்சேன். ஓகே... உனக்காக ஒரு 'புல்' வாங்கிட்டு வந்து கம்பெனி தர்றேன்!' ரவியின் வருகைக்காக ஆவலாய் காத்திருக்க ஆரம்பித்தான் ரமேஷ்.

-கதைமலர்' 91

ஏப்ரல்!

சுந்தரின் ஆறு மாத நாய் அலைச்சல் விழலுக்கு இறைத்த நீர். அன்புச் செல்வி சற்றும் ஏறெடுத்துப் பார்க்கவில்லை. வாழ்க்கையை வெறுத்தான். காதல்-மனிதனை கோலாகலப் படுத்தும். 'கோமா...'வும் படுத்தும். சுந்தர் இரண்டாவது நிலையில் நீடித்துக் கிடந்தான்.

அன்புச் செல்வி-பார்த்ததும்,எடுத்த எடுப்பில் சுந்தருக்கு பிடித்துப் போனது. சுந்தர் யுனிவர்சிட்டி கிரிக்கெட் பிளேயர். அன்றொரு நாள் முழு பயிற்சியில் ஈடுபட்டிருந்த போது, வாலிபால் கிரவுண்டில் வாளிப்பான அன்புச்செல்வியை பார்த்து, 'க்ளின் போல்ட்' ஆனான். யுனிவர்சிட்டி டீம் சான்ஸ் இழந்தான். அது கூட அவனுக்கு கவலை அளிக்கவில்லை.

காதல் கவலை அளித்தது. அன்புச் செல்வி ஒய்யார உடம்பு நாடிக்காரி. சிகப்பு. ரம்யமான கூந்தல் காற்றில் பறப்பது கவிஞனாகக் கூட மாற்றி விட்டது. சுந்தர் டைரி நிறைய கவிதைகள். விளையாட்டு ட்ரஸ் அமர்க்களமாய் அவருக்கு பொருந்தும்... சேலையில் ஒயிலாய் பார்த்த ஒரு நாளில் ஆயிரம் கனவு கண்டான்.

சுந்தரும் சலித்தவனில்லை, மெஜஸ்டிக் லுக் நிறைய, பெண்கள் வலிய காதலிக்க, உதறி இருக்கிறான். ஆனால், அவனுக்கு பிடித்த பெண்... இன்றுவரை உதாசீனப் படுத்தி வருகிறாள். குறைந்த பட்சம் காதலை புரிந்து கொண்டாளா... என்பது கூட சந்தேகம் தந்தது.

காதல் பரிகாரத்துக்கு நண்பர்கள் அவசியம் தேவைப்படுவார்கள்.

"டேய்... நண்பா எதுவாச்சும் ஒரு ஐடியா கொடுடா..."

ரமேஷ் தொந்தரவு தாங்காமல், சுந்தருக்கு ஒரு ஐடியா கொடுத்தான். அது ரொம்பவும் பிடித்தும் கூட விட்டது.

“மச்சி... உன் அழகை அவ முழுசா பார்த்தா... கண்டிப்பா பிளாட் ஆயிடுவா... இனியும் நாள் வேஸ்ட் பண்ணாதே. உன் கிட்டதான் ஆட்டோமெடிக் கேமரா இருக்கே... உன்னை தினுசு தினுசா பிடிச்சு அவகிட்ட காட்டு... கண்டிப்பா, அவளை அறியாம உன்னை நேசிக்க ஆரம்பிச்சிடுவா... அப்புறமென்ன, பார்க்... பீச்... சுண்டல்தான்...”

கை கொடுத்து கட்டிப்பிடித்ததில் ரமேஷ் மூச்சுத்திணறிப் போ-னான்.

வலுவான காதல்தான்.

ஒரு ரோல் ‘கோனிகா’ வை பார்க்... ஏரி... என்று ரம்ய இடங்களில் தன்னையும் இணைத்து ‘ஸ்டில்’ எடுத்து தள்ளினான்.ஆட்டோமேடிக் காமிரா அற்புத கவிதை வடித்து இருந்தது.

பிரிண்ட் போட்டு பார்த்ததும் சுந்தர் கர்வம் நியாயமானதே... ‘அடேய்... நான் இத்தனை அழகானவனா...’

“மச்சி... இந்த ‘ஸ்டில்ஸ்’ பார்த்ததும்... உடனே உன்னை சந்திக்கணும்னு அன்புச் செல்வி சொல்லுவா... நீ வேணா பாறேன்...” என்ற ரமேஷ், அன்புச்செல்வியின் தோழி, கீதாவிடம் மொத்த மாக்ஸி சைஸ் போட்டோவையும் கொடுத்து...

இருபத்தி நாலு மணி நேரம் அவஸ்தையில் கழித்தான். ‘அன்புச் செல்வி... என்ன சொல்வாளோ...!’

கீதா அவசர அவசரமாய் வந்தாள்.

“என்ன கீதா... அன்புச் செல்வி என்ன சொன்னா...” சுந்தர் தவிப்பாய் கேட்டான்.

“உன்னை உடனே சந்திக்கணுமாம்...”

“வாவ்...!”

‘விசில்’ அடித்து குதுகலமாய், அந்த மாலை வேளையில் சந்திக்கப் புறப்பட்டான் சுந்தர். சந்தனம் கமழும் சென்ட்... பிரத்யேக மாலைக் குளியல் ஒன்று. இரவல் ஷூ சகிதமாய் புத்தம் புதிய சர்ட்... ஜீன்ஸ்...

“ஹலோ... சுந்தர்...” கை ஆட்டியபடி அன்புச்செல்வி. சுவிட்ச் போட்டது போல செங்குத்தாய் வான உச்சிக்குப் போய் பறக்க ஆரம்பித்து விட்டான்.

“போட்டோ... எக்ஸ்லண்ட்... பார்த்ததும், உன்னை உடனே சந்திக்கணும்னு தோணுச்சு... பியூட்டிபுல் போட்டோகிராபி, அற்புதமா இவ்வளவு கலைநயமா எடுத்து இருக்கீங்களே... நீங்களும் அழகு...

உங்க திறமையும் அழகு..."

"சீக்கிரம் ஐ லவ் யூ... சொல்!'

"சுந்தர்... நான் ஒண்ணு சொல்லலாமா...?"

"வித் ப்ளஷர்..."

"எ... என்னை தப்பா நினைச்சுக்க மாட்டீங்களே... எங்க வீட்ல இருந்து நேத்து லெட்டர் வந்தது... எனக்கு மாப்பிள்ளை தேடப் போறாங்களாம்... என் போட்டோ கேட்டாங்க... கைவசம் எதுவுமே கிடையாது. என்னை ஒரு போட்டோ எடுத்துத் தர்றீங்களா, பாக்குற மாப்பிள்ளை பையன் அசரணும்... ப்ளீஸ்..."

சுந்தர் பையன் 'ஸ்டில்' ஆனான்.

-கதைமலர்' 95

மனித மனசு

ரெம்ப நாளாக மனசுக்குள் இருந்த ஆசையை வெளி ஊரில் வந்து தான் தினகரால் நிறைவேற்றிக் கொள்ள முடிந்தது.

அதன்படி புதிய 'சீரோ' சர்ட்டை ஜீன்சுக்குள் நுழைத்து, பெல்ட்டால் இறுக்கிக் கொண்டான். காலில் கண்ணைப் பறிக்கும் பூமா டூப்ளிகேட் ஷு...

லாட்ஜை விட்டு இறங்கி தெருவில் நடக்க ஆரம்பித்தான்.

"தினா... தொந்தியை வச்சுக் கிட்டு ஏண்டா 'இன்' பண்ணிக்கணும்னு ஆசைப்படுறே... பூசணிக்காவுக்கு பேன்ட் சர்ட் போட்ட மாதிரி இருக்கே இதுல இந்த விபரீத ஆசை எல்லாம் வேணாம்டா..."

ஊரில் இதுபோல் டிரஸ் பண்ணிக் கொண்டால், மூக்கில் வியர்த்து மாமல்லன் வந்து கிண்டல் பண்ண ஆரம்பித்து விடுவான். ஆதலால் தன் ஆசைப்படி டிரஸ் பண்ணிக் கொள்ள முடியாமல் போய் விட்டது.

இனி இந்த வெளியூருதான் நிரந்தரம். நாளை முதல் வேலையில் ஐக்கியமாக வேண்டும் யார் இனி கிண்டல் பண்ணுவார்கள் புதிய ஊர்... புதிய முகம்...

அன்று காலை புதியதாக திறக்கப்பட்ட ஓட்டலைப் பார்த்ததும் டிபன் சாப்பிட ஆசைப்பட்டு உள்ளே நுழைந்தான்.

யாரும் இல்லாத டேபிளாகப் பார்த்து அமர்ந்து கொண்டான். பக்கத்து வரிசை சர்வர் விசேஷமாக பார்த்துப் போனான். அழகாக அலங்காரமாக இருந்தால் திரும்ப திரும்ப பார்ப்பது மனித இயற்கை தானே?

அப்போது...

அங்கே அழுக்காக வந்து கூலித் தொழில-ாளி ஒருவன் தினகர் முன் அமர்ந்து, சர்வருக்காக

காத்திருந்த நேரத்தில் வைத்த கண் வாங்கமல் தினகரையே பார்த்தான்.

'ஏழையான நாம்... ஒழுங்கான துணிக்கு வழி இல்லாத நாம்... ஒரு பணக்காரன் முன்பா சரிசமமாக உட்காருவது!'

தாழ்வு மனப்பான்மையால் குறுகிப் போன கூழித் தொழிளாளி மெல்ல எழுந்து வேறொரு டேபிளுக்குப் போனான்.

அவன் போனது தினகரை திணற அடித்தது.

'ஒரு சாதாரண.. சுத்தமான வேட்டி சட்டை இல்லாதவனுக்கு கூட என் டிரஸ் பிடிக்க வில்லை. அப்படி என்றால் மாமல்லன் சொன்னது முற்றிலும் உண்மையா? 'டீ'க்காக டிரஸ் பண்ணினால் அவ்வளவு அசிங்கமாக... பூசணிக்கு பேன்ட் சர்ட் மாட்டியது போலவா இருக்கிறேன்!'

அவனது டிரஸ் அவனுக்கே அசிங்கமாகத் தெரிந்தது. அதனால் தான் சர்வர் ஒரு மாதிரியாக பார்த்துவிட்டுச் சென்றானோ?

இந்த பேரசைக்கு ஒரு பெரும் புள்ளி வைத்து, வழக்கப்படி இனி டிரஸ் பண்ணிக் கொள்ள வேண்டும்.

தாழ்வு மனப்பான்மையில் குறுகிப் போய் அந்த ஓட்டலை விட்டு வெளியேறினான்.

தினகரைப் பார்த்த ஓட்டல் முதலாளிக்கும் தாழ்வு மனப்பான்மை ஜுரம் ஒட்டிக் கொண்டது.

'நம்ம ஓட்டல்ல சரக்கு சரி இல்லையா? சாப்பிட வந்து சாப்பிடாமலேயே ஒரு கஸ்டமர் போகிறார்!'

-கதைமலர்' 91

சுத்தக் கர்நாடகம்

“டேய் ரிஷபா... மூணு வருச நம்மக் காதல் படிப்புக்கு இன்னைக்கு நேர்முகத் தேர்வுடா... உடனே உன்னைப் பார்க்கணும்னு அம்மா பிரியப்படுறாங்க...”

“இதோ... கிடம்பிட்டேன் குமார்...”

“மண்டு... நான் சொல்றத் மொதல்ல கேளு... அம்மா அந்த காலத்து ஆள். சுருக்கமா சொல்லணும்னா சுத்தக் கர்நாடகம்... உன் ‘மாடர்ன் டைப்’பை வீட்டுலேயே மூட்டைக் கட்டி வச்சுட்டு... காட்டன் புடவையில லட்சணமா வா... அப்புறம் அம்மா பெயர் கேட்டா... ‘மீனா’ன்னு சொல்லு...”

“ஐயோ... நிஜப் பெயர்...”

“அதெல்லாம் வேணாம்... மாடர்ன் பெயரா இருக்கிறதால பின்னாடி சமயம் பார்த்துச் சொல்லிக்கலாம்!”

“சரி... போனை வைக்கட்டுமா?”

“பறக்காதே... இன்னும் நிறைய விசயம் இருக்கு...

தலைமுடியை பறக்க விட்டு விட்டு காட்டேறி மாதிரி வராதே! பின்னல் போட்டு... பூ வச்சுகிட்டு அடக்கமா வரணும்... இங்கிலீசுல மூச்சு விடக் கூடாது...”

“போதும்... போதும்... உன் தொல்லை பெருந்தெல்லைடா... சுத்தக் கர்நாடகமா வர்றேன், வைக்கட்டுமா?”

“கடைசியா ஒரு விண்ணப்பம். மறந்தும் அம்மா முன்னாடி என்னை ‘டா’ போட்டுக் கூப்பிடாதே... நம்ம பண்பாட்டுக்கு அது அழகில்லை... வெக்கமா குனிஞ்சு, ‘ஏங்க... போங்க’ன்னு சொல்லு புரியுதா... என் பெயரைக் கூட உச்சரிக்க கூடாது!

“புரியுதுடா குமார்... டேய்...”

தலையில் அடித்துக் கொண்டு ரிசீவரை வைத்தான் குமார். ஏகமாய் வியர்த்துப் போயிருந்ததில் சட்டை உடலோடு ஒட்டிப் போயிருந்தது. நெஞ்சு வேறு கட்டுப்பாடு இன்றி எகிறிக் குதித்தது. டென்சன்.

'ரிஷபா... தன்னோட வால் தனத்தை குறைந்த பட்சம் இன்னைக்கு மட்டுமாவது வெளியே காட்டாம இருக்கணும்...' இஷ்ட தெய்வத்திடம் மெய் மறந்து ஒரு வேண்டுதல்.

அரை மணி நேர வாசலில் ஆட்டோ–

ஆரம்பமே அமர்க்களம். கைனடிக் ஹோண்டா இருந்தும் ஆட்டோவில் வந்திருக்கிறாள், குமாரால் நம்ப முடியவில்லை. ரிஷபாவா இது?

கால்கட்டைவிரல் தெரியதபடி தழைய புடவை. குடும்பப்பாங்கான தோற்றம். அம்மா பாஷையில் சொல்ல வேண்டுமென்றால் 'லக்ஷமி' மாதிரி.

'சக்சஸ்...' என்பது போல் கட்டை விரலை நீட்டி... மத்த விரலை மடக்கி அம்மாவுக்கு தெரியாதபடி குமார் குதூகலமாய் ஆட்டிக் காண்பித்தான்.

கண்ணாடியைக் கழட்டி அமைதியா ரிஷபாவை சாரி மீனாவை ஒரு நிமிடம் ஆராய்ந்தான்.

"பெயர் என்னம்மா?"

"மீனா மாமி..."

"உன் பெயரை சொல்லு."

"மீனா..."

"சரி, கல்யாணம் ஆயிட்டுதுன்னு வச்சுக்க... புருசனை எப்படி கூப்பிடுவே..."

நாணினாள். பிரமாதம், பிறந்ததில் இருந்து ஏன் இவளது பரம்பரையே இதுபோல் நாணியிருக்காது.

"ஏங்க... வாங்கன்னு கூப்பிடுவேன்!"

"வாடா போடான்னு கூப்பிட மாட்டீயா"

"ஐயோ... நம்ம பண்பாட்டுக்கு அது புறம்பானது!"

குமார் படபடப்போடு அம்மாவையே பார்த்தான். ரிஷபாவை பிடித்திருக்கிறதா இல்லையா? என்று முகத்தைப் பார்த்துக் கண்டுபிடிக்க முடியவில்லை.

"எப்படி டிரஸ் பண்ணுவே?"

“எங்கேயும்... எப்போதும்... புடவைதான்... புடவையைத் தவிர வேறு ஒன்றும் இல்லை.”

கொஞ்ச நேரம் யோசித்த அம்மா முதன் முறையாக குமாரைப் பார்த்தாள். அவரசமாய் உள்ளே வரச்சொல்லி விட்டுப் போனாள்.

ஒன்றும் புரிந்து கொள்ள முடியாத குமார், ரிஷபாவை உட்கார வைத்துவிட்டு, படபடப்போடு பின் தொடர்ந்தான்.

“என்னடா... ‘சுத்தக் கர்நாடகத்தை பிடிச்சுட்டு வந்திருக்கே... கர்மம்டா... பெயரிலேயே சிக்கல். ஷோபா.. தன்ஷா.. ரிஷபா’ன்னு எவ்வளவு பெயர் இருக்கு... மீனாவாம்... மீனா...”

“நாந்தான் ‘சுத்தக் கர்நாடகம். அட்லீஸ்ட் எனக்கு மருமகளா வர்றவளாவது, முடியை காட்டேறி மாதிரி பறக்க விட்டுக்கிட்டு... நுனி நாக்கு இங்கிலீசு பேசிக்கிட்டு... மாடர்ன் டிரஸ் போட்டுக்கிட்டு... புருசனை ‘டா’ போட்டுக்கிட்டு... ஸ்கூட்டர் ஓட்டறவளா இருக்க கூடாதா?

“என் பிரியத்துல மண்ணை அள்ளிப் போட்டுடா தடா... வேற ‘மாடர்ன் டைப்’ பொண்ணா பாத்து லவ் பண்ணிட்டு வாடா... கல்யாணம் பண்ணி வைக்கிறேன்... இந்த ஏழவெடுத்த கர்நாடகம் வேணாம்...”

குமாருக்கு உலகம் குறுகியது. தரை நழுவியது. ரிஷபா மனதுக்குள் வந்து கத்தல் போட்டாள், ‘டேய்... படவா... கவுத்துட்டியோடா...’

-கதைமலர்’ 92

நியாயத்தின் நிறம்

ஆட்டோ...

தமயந்தி அவசரமாய்ச கை காட்டினாள்.

அரை மணி நேரமாய் பேருந்துக்குக் காத்திருந்ததில் பொறுமை இழந்து போயிருந்தாள்.

வேகம் குறைந்து, ஒரு அரை வட்டம் அடித்து அருகில் வந்து நின்றது, ஆட்டோ. அவசரம் மாறாமல்... அதே நேரம் மொட மொடப்பு சேலை கசங்காமல் ஏறி அமர்ந்து கொண்டாள். “பல்கலைக் கழகத்துக்குப் போங்க...”

“பதினைந்து ரூபாய் ஆகும்...” ஆட்டோகாரர்.

தமயந்திக்குத் தூக்கிவாரிப் போட்டது.

மிஞ்சிப் போனால், 3 கிலோ மீட்டர் தான் இருக்கும். கொள்ளையாய்க் கேட்கிறானே... நிதானத்துக்கு வந்தாள் “எட்டு ரூபாய் வாங்கிக்கிங்க... வழக்கமா அதான் தர்றது...”

இன்னும் பத்து நிமிடத்தில் அவள் ஆலுவலகத்தில் இருக்க வேண்டும். நாய்த்தனமான மேலாளர்.

“பெட்ரோல் விலை ஏறினது தெரியாதுங்களா... ஒரு ரூபாய் கூட குறைக்க முடியாதுங்க... சீக்கிரம் சொல்லுங்க... சவாரி நிறைய காத்துக்கிடக்கு...” வெறுப்புக் காட்டினார். ‘சாவு கிராக்கி’ என்று திட்டக்கூட தயங்க மாட்டான் போலிருந்தது.

அப்படியும் தமயந்தி கண்ணை சுழல விட்டாள். பேருந்து தென்படாதோ என்ற நப்பாசை, ஒரு ரூபாயில் முடிந்துவிடும். எட்டு ரூபாய் வாங்கிக்கங்க...”

“அம்மா... தாயே... இறங்கி நடந்துப் போங்கம்மா... அதுதான் உங்களுக்கு சரிப்பட்டு வரும்...”

ஆத்திரத்தில் தமயந்தியின் மூக்கு பலூன் கணக்காய் பெரியதாகியது. “மீட்டர் போட்டால் குறைந்த கட்டணம் கூட வராது. மீட்டர் போடுங்க...”

“இந்தாம்மா... தொப்பை போலீசே கேட்கலை... பெரிசா நீ கேட்க வந்துட்ட.... விருப்ப மில்லைன்னா இறங்குங்க...”

தமயந்திக்கு அவமானம் பிடுங்கித் தின்றது. பேருந்து நிறுத்தத்தில் நின்ற அனைவரும் அவளையே பார்ப்பது போலிருந்தது.

அருகே ‘கைனடிக் கோண்டா’ வேகம் குறைந்து நிற்க...

“ஏய்... தமயந்தி...” நிறைந்த புன்னகையோடு தோழி உமா. “வாடி, வண்டியில போகலாம்...”

“அவசரத்துக்குக் கொடுக்கிறவங்க இருக்கிறதாலதான் கேட்கிறான். நாலு பேரு தட்டிக்கழிச்சா தன்னால நம்ம வழிக்கு வந்துடுவாங்க.”

உமா வண்டியை வேகப்படுத்தினாள். பரபரப்பான போக்குவரத்தில் சாலை.

“பகல் கொள்ளை... அந்த ஆட்டோகாரன் சத்தியமா உருப்படமாட்டான் உமா...”

“அவன் உருப்பட்டு இருந்தால் ஏன் ஆட்டோ ஓட்டுறான். நீயும் ஒரு வண்டி வாங்கிக்கொள் தமயந்தி... தினம் பஸ் ஆட்டோன்னு அல்லாட வேணாம், பாரு...”

“கண்டிப்பாய் வாங்கணும். அடுத்த மாதம் கடன் போட்டாவது வாங்கிடணும், உமா. வரவர ஆட்டோக்காரர்கள் அநியாயம் தாங்கவில்லை.”

ஆட்டோகாரர்கள் நினைப்பு எளிதில் அவளை விட்டு அகலவில்லை.

பல்கலைக்கழக அலுவலகம் வந்தது.

நிறுத்தத்தில் வண்டியை உமா நிறுத்தி வந்தாள். அலுவலகத்துள் காலடி வைக்கும்போது பத்துமணி சங்கு அலறியது.

கூடவே...

“என்னங்க ... என்னங்க...” அவசரக் குரல்.

தமயந்தி உன்னித்து... நிதானித்து... திரும்பிப் பார்த்தாள்.

ஆட்டோக்காரர் ஆட்டோவை வாசலில் நிறுத்தி அவசரமாக இறங்கி ஓடிவந்தான். லேசாக மூச்சிறைத்து நின்றான்.

“எவ்வளவு வேகமாக பின்னே வந்ததும் உங்களைப் பிடிக்க முடியல... இந்தாங்க உங்கள் கைப்பை... ஆட்டோவுலேயே விட்டுட்டு வந்துட்டீங்க.”

திகைத்துப் போனாள். தமயந்தி!

-ராணி’ 92

திமிர்!

காலில் விழுந்து நமஸ்கரித்தவளை ஆசிர்வ திப்பது போல் பாவனைத்து அங்குலம் அங்குலமாக ஆராய்ந்தார்கள், எதிர்கால மாமியார் என்ற மமதையில் இருக்கும் சுந்தரவள்ளி.

'எனக்கு மருமகளா வர்றவ மகாலட்சுமி மாதிரி இருந்தா மட்டும் போதாது. குணத்துலேயும் அவள மாதிரி இருக்கணும்... ஆமா, எவ்வளவு சம்பாதிக்கிற...''

கவிதா தவித்தாள். வாய் திறக்க தயங்கினாள்.

மகாலட்சுமி வேலைக்கெல்லாம் போய் சம்பாதிப் பாளா. இதுவரை கேள்விப்பட்டிராத பூரணிக்கு மகளின் செய்கை எரிச்சல் தந்தது. பார்வையால் 'சொல்லேன்...' என்றாள்.

"ஆயிரத்து முன்னூறு..."

"பூ... இவ்வளவுதானா... யோசிச்சதைப் பார்த்து மாசக் கணக்குல சொல்வேன்னு நினைச்சேன்!"

சுந்தரவள்ளியின் கணவர் உட்பட, பஜ்ஜி தின்ன வந்திருந்த அனைவரும் கொல்லென சிரித்தனர்.

மகள் அவமானப்படுவது தான் அவமானப்படுவது மாதிரி இருந்தது பூரணிக்கு. குற்றவாளி போல் கூண்டில் நிற்க வைத்து கேல் வேறு. பொங்கிய ஆத்திரத்தை பல் கடித்து தணித்தாள்.

பூரணியை ஒரு தரம் பார்த்துக் கொண்டாள்.

சம்பாதிக்கிற திமிரை பொறந்த வீட்டுல மூட்டை கட்டி வச்சிடணும். வீட்டை விட்டா ஆபிஸ். ஆபிஸ் விட்டா வீடுன்னு அமைதியா... அடக்கமா... இருக்க கத்துக்கணும்! அப்புறம் இந்த அலங்காரம் எதுவும் கூடாது! குடும்பப் பொண்ணுக்கு இது அழகில்ல... உடம்பு தெரியற மாதிரி டிரஸ், கர்மம்..."

கவிதா அவமானம் படர மெல்ல குனிந்து... மிடறு கலங்கினாள்! கல்யாணத்துக்கு முன்பே இவ்வளவு கட்டளைகள். ஹாலை விட்டு ஓடி விடலாமா?

சுந்தரவள்ளி யோசித்து தொடர்ந்தாள்: "சினிமா, ஓட்டல்,பீச்,மூச், பாட்டி மாதிரி வெத்தலை பாக்கு போடுறது, அக்கம் பக்கம் பொம்ப ளைங்களோட சேர்ந்து அரட்டை,கும்மாளம் போடுறது இதெல்லாம் எனக்குப் பிடிக்காது! புருசன் மேல அக்கறை காட்டணும்! புரியுதா... இதுவெல்லாம் 'ஓகே' ன்னா சம்பந்தம் பேச எங்களுக்கும் ஓகே!"

பேசாம பிடிக்கறதை மட்டும் சொல்லி இருக்கலாம், சொல்லி இருந்தால் இந்த அளவுக்கு சுந்தரவள்ளிக்கு மூச்சு வாங்காதோ?

கவிதாவை தள்ளிவிட்டு, குபீரென புறப்பட்ட கோபத்தோடு பூதா-கரமாய் வந்து நின்றாள் பூரணி.

"அடேய், மாப்பிள்ளை பையா... கொஞ்சம் எந்திரி"

சுந்தரவள்ளி கோஷ்டிக்கு சற்று முன்னர் லபக்கிய பஜ்ஜி சைசில் முழி பிதுங்கியது. மிரண்டு போய் தொடை நடுங்கி அம்மாவை ஒரு தரம் பார்த்து எழுந்த பிள்ளை. "எங்க குடும்பம் மட்டுமில்ல பரம்பரை கவுரவமானது. சம்பாதிக்கிற திமிரை ஆத்தாகாரிகிட்ட வச்சுக்கணும். சம்பள கவரை பொண்டாட்டிகிட்ட கொடுக்கணும். வீட்டை விட்டா ஆபிஸ்... ஆபிஸ் விட்டா வீடுன்னு இருக்கணும். கண்ட இடத்துல அலையக்கூடாது. அப்புறம் என்ன ஸ்டைல்... டிஸ்கோவா... குடும்பப் பயலுக்கு இதுவா அழகு... ரவுடி மாதிரி கர்மம்..."

மேலும் அவள் பேச பேச கன்னத்தில் யாரோ 'பளீர் பளீர்' என அறைவதை சுந்தரவள்ளி உணர்ந்தாள். வாய் தனக்கு மட்டும் இல்லை... பெண்ணைப் பெற்றவர்களுக்கும் உண்டு என்பதை கண்கூடாக கண்டாள்.

"பெரிய மனுசன் மாதிரி சிகரெட்... தண்ணீ... மூக்கு பொடி போடுறது... அக்கம் பக்கம் ஆம்பளைங்களோட சேர்ந்து அரட்டை, கும்மாளம் அடிக்கிறது... எதுவும் எனக்குப் பிடிக்காது... வீட்டுலப் பொண்டாட்டி மேல் அக்கறை காட்டணும் தெரிஞ்சுக்க... புரியுதா, இதெல்லாம் 'ஓகே' ன்னா உட்காருங்க. இல்ல கழுத்த புடிச்சி வெளி-யே தள்ளிடுவேன்!"

மூச்சு வாங்க பேசி ஓய்ந்து மகளைப் பார்த்தாள்.

"நல்லா சொன்னீங்க... ஒண்ணு மறந்துட்டீங்கம்மா, புள்ள 'சின்ன வீடு' செட்டப் பண்ணினா செருப்பால அடி விழும்னு சொல்லி வையுங்க... புள்ளையை பெத்த திமிருல வரதட்சணை வாங்கிக்கிட்டு வால்யூம், வால்யூமா நிபந்தனை வேற..."

என்ன இருந்தாலும் பூரணியின் புத்திரி ஆயிற்றே கவிதா!

-கதைமலர்' 92

செய்யாத உதவிக்கு...

எம்.டி.கேசவராம் கூப்பிடுவதாக பியூன் சொல்ல, சிவகணபதியிடம் ஒரு அவசரம் தொற்றிக் கொண்டது. கேசவராம் மாதத்தில் இரண்டொரு நாள் இந்தக் கிளை அலுவலகத்துக்கு விஜயம் செய்வது வழக்கம்.

ஏ.சி.உறுமலில் எம்.டி.ரூம். வயது மறந்து ஓடி வந்து 'வணக்கம்' சொன்ன சிவகணபதியிடம் நூறு சதவீத மரியாதை.

"வாங்க... மிஸ்டர் சிவகணபதி..."

பெரிய எதிர் இருக்கையின் ஒரு ஓரத்தில் அமர்ந்தார்... 'டைப்பிஸ்ட்... உமா வேலையில் எப்படி... சின்சியர் உமனா?

அவள் கேரக்டர் பற்றி எம்.டி.கேட்பார் என்பது எதிர்பார்த்த ஒன்று தான். என்றாலும், காலையில் வந்ததும் வராததுமாக இப்படி நேரிடையாக கேட்பார் என்று சிவகணபதி நினைக்க வில்லை.

சிவகணபதி யோசனையில் ஆழ...

'நீங்க சொல்றதை வச்சு தான் உமாவுக்கு புரமோஷன் தரலாமா... வேண்டாமான்னு முடிவு பண்ணணும்...'

சிவகணபதி இந்த கிளை அலுவலகத்தில் அதிக வருடம் பணி புரிந்த பெருமைக்குரியவர். இன்றைய இளைய தலைமுறை பார்வையில், பெரிசு என தைரியமாய் அவரை அழைக்கலாம் தான்.

'சாரி சார்... திருப்திகரமா இல்ல... ஒரு நாள் செய்ய வேண்டிய வேலைய மூணு நாள் இழுத்தடிப்பாங்க... காலையில் வர்றதும் லேட்... சரியான அரட்டை கேஸ். ஆம்பளை பசங்களா இருந்தா கேட்கவே வேணாம்... நேரம் காலம் தெரியாம சிரிச்சு பேசும்... வயசு அப்படி... இருந்தாலும் ஆபீஸ்னா ஒரு மரி யாதை இருக்கு இல்ல...' சொல்வதை நிறுத்தி நோட்டம் பார்த்தார்.

புருவம் சுருக்கின கேசவராம் நிறுத்தச்சொல்லி கை அமர்த்தினார்.

சிவகணபதியிடம் மேல் மூச்சு வெளிப்பட்டது இவ்வளவு சின்ன வயசில் புரமோஷனா? நமக்கெல்லாம் அந்தக் காலத்தில் மாமாங்கத்துக்கு ஒருமுறை பதவி உயர்வு. சிந்தித்த அவரது சில்லரைத்தன மனது... அடுத்து எம்.டி என்ன சொல்லப் போகிறார் என்பதை அறிய ஆவலாக காத்திருந்தது.

'உமாவுக்கு பதவி உயர்வு கொடுத்து தலைமை அலுவலகத்துக்கு டிரான்ஸ்பர் பண்ணலாம்னு இருந்தேன். அடுத்த முறையாவது உங்கக் கிட்ட நல்ல பெயர் எடுப்பாங்களான்னு பார்ப்போம்...'

சிவகணபதி நிம்மதியுடன் தன் வேலை முடிந்து விட்ட திருப்தியில் இருக்கைக்கு திரும்பினார்.

அதற்குள் காட்டுத் தீ போல இந்த விஷயம் அலுவலகம் எங்கும் பரவி விட்டது. சிவகணபதியை பார்க்கும் ஒவ்வெருவர் முகத்திலும்... கேலி இருந்தது. நாளைக்கு நமக்கும் இதே கதி தானே இருக்கும்... ரகசியமாக துவண்டு போகும் அளவுக்கு தூற்றல் நடந்தது.

பைலில் தலை கவிழ்ந்து இருந்தாலும் சிவகணபதி இதை எல்லாம் அறிய அவர் தவறவும் இல்லை.

'இவ்வளவு வயசு ஆயிடுச்சு. தவிர மனுஷனுக்கு அறிவு இல்லப்பா... அநியாயமா ஒரு பெண்ணோட எதிர்காலத்தை வீணாக்கிட்டாரே...'

'ஆபீஸ்ல உமா தான் சின்ஸியர் ஒர்க்கர். காலையில பத்து மணிக்கு 'டாண்'ணு வந்துடுவாங்க...'

'அது மட்டும் இல்லப்பா... மூணு நாள் வேலையை ஒரு நாள்ல கொடுத்தாலும் முகம் கோணாம செய்வாங்க...'

"ஒரு பெண்ணே...பெண்ணை புகழ்ந்தால் கண்டிப்பாக உண்மையாகத்தான் இருக்கும்" குண்டு கனகா தான் இப்படி சொன்னாள்.

'அரட்டைக்கும் உமாவுக்கும் ரொம்ப தூரம்,சீட்டை விட்டு அனாவசியமா எழ மாட்டாளே... நேர்மையா இருந்தா இந்தக் காலத்துல நல்ல பெயர் வாங்கவும்... முன்னேறவும் சான்ஸ் இல்ல போலிருக்கு...'

பிறகு சிவகணபதியின் காது படவே பேச ஆரம்பித்து விட்டார்கள்.

குற்றம் புரிந்து விட்டோமோ?

எம்.டி.யிடம் சொன்னது அத்தனையும் உண்மைக்கு புறம்பானது. ராட்சஸ ஊசி உள்மனதை குத்தி குதறிப் போட்டது. ரணத்தில் மூழ்கிய சிவகணபதி கவலையில் உருகினார். உமா ரொம்பவும்

தெரிந்த பெண், அவரை ஒரு பெரியவராக ஆலோசராக பாவித்து நிறைய ஆலோசனை கேட்பாள். வழி நடப்பாள் பிறந்த நாளின் போது, இனிப்பு கொடுத்து காலில் விழுந்து ஆசிர்வாதம் பெறவும் தவற மாட்டாள். சின்னப் புத்தி கொண்டு அவள் வாழ்க்கையில் விளையாடி விட்டோமா?

துக்கம் தொண்டையில் சுவரெழுப்பி சுவாசிக்க அணை போட்டது.

மாலையில் ஆபிஸ் நேரம் முடிந்ததும் சிவகணபதி இருக்கை தேடி உமா வந்தாள். காலையில் இருந்து ஒரு வார்த்தை கூட பேசாதவள். நாலு பேர் முன்பு சந்தைக்கடை மாதிரி சண்டை போட்டு விடப் போகிறாள். பயந்த சிவகணபதி முகத்துக்கு 'புன்னகை பேஸ்ட்'டை அவசரமாக ஒட்டிக்கொண்டார். அவசர சிரிப்பு சிரித்து, 'வாம்மா...' என்றார்.

'உங்க உதவிக்கு ரொம்ப நன்றி சார்...'

என்ன உதவி நம்பளை அறியாமல் செய்து விட்டோம்... ஒரு வேளை எதிர்மறையாக பேசுகிறாளோ...? சிவகணபதி குழம்பினார்.

'புரமோஷன் கொடுத்து மும்பைக்கு மாற இருந்த என்னை... என் குடும்பநிலைமை அறிந்து தடுத்தீங்களே... அதுக்கு ரொம்ப... ரொம்ப முதல்ல நன்றி சார். நீங்க மட்டும் இந்த உதவி செய்யலைன்னா... ஆண் துணை எதுவும் இல்லாத நோயாளி அம்மாவோட அந்த காஸ்ட்லி சிட்டியில போயி அப்பப்பா... நினைச்சுப் பார்க்கவே பயமா இருக்கு சார்...'

உமாவின் கண்களில் அவளையும் அறியாமல் கண்ணீர்.

'எனக்காக... எனக்கு நல்லது பண்றதுக்காக... இன்னைக்கு முழுக்க ஆபிஸ்ல எவ்வளவு கேலி அவமானங்களை சகிச்சு தாங்கிக்கிட்டீங்க... அதுக்கெல்லாம் நன்றி சொல்ல என்கிட்ட வார்தையே இல்ல சார்...'

உமா பேசப்பேச... சிவகணபதி கூனிக்குறுகி முடமானார். வெப்ப சலன மூச்சு விட்டபடி முடிந்த வரை சிரிக்கவும் முயன்று கொண்டிருந்தார். வாழ்க்கையில் முதன்முதலாக தனக்கு கிடைத்த பாராட்டு... அதுவும் செய்யாத உதவிக்கு கிடைத்த பாராட்டு... அவரை யோசிக்க வைத்தது.

குடும்ப மலர் '2011

குறிப்புகளுக்காக : ....
....
....
....
....
....
....
....
....
....
....
....
....
....
....
....
....
....

குறிப்புகளுக்காக :

குறிப்புகளுக்காக :